'सबसे बड़ी बगावत' या हिंदी पुस्तकाचा अनुवाद

ते ११ दिवस : महाराष्ट्रातील महाबंड...

'३५ दिवस' या पुस्तकाचा पुढील भाग

जीतेंद्र दीक्षित

अनुवाद
डॉ. शुचिता नांदापूरकर-फडके

मेहता पब्लिशिंग हाऊस

Please contact us at **Mehta Publishing House Pvt. Ltd.** , Pune 411030.
✆ +91 020-24476924 / 24460313 / Mob. No. 9545000513
Email : production@mehtapublishinghouse.com
Website : www.mehtapublishinghouse.com

- *या पुस्तकातील लेखकाची मते, घटना, वर्णने ही त्या लेखकाची असून त्याच्याशी प्रकाशक सहमत असतीलच असे नाही.*

SABSE BADI BAGAWAT by JITENDRA DIXIT

Translated into Marathi Language by Dr. Shuchita Nandapurkar-Phadke

महाराष्ट्रातील महाबंड... / राजकीय

अनुवाद : डॉ. शुचिता नांदापूरकर-फडके
author@mehtapublishinghouse.com

मराठी अनुवादाचे व प्रकाशनाचे हक्क मेहता पब्लिशिंग हाऊस प्रा. लि.

संस्थापक : अनिल मेहता आणि सुनील मेहता

प्रकाशक : मेहता पब्लिशिंग हाऊस प्रा. लि.
१९४१, सदाशिव पेठ, माडीवाले कॉलनी, पुणे - ३०

मुद्रक : ट्रिनिटी ॲकॅडमी फॉर कॉर्पोरेट ट्रेनिंग लिमिटेड,
नऱ्हे इंडस्ट्रिअल एरिया, झील कॉलेज रोड, नऱ्हे, पुणे - ४१

मुखपृष्ठ : मेहता पब्लिशिंग हाऊस

प्रथमावृत्ती : ऑगस्ट, २०२२

किंमत : ` २५०

P Book ISBN 9789395477529
E Book ISBN 9789395477536
E Books available on : amazonkindle Apple Books Google Play Books

मनोगत

१९९५मध्ये मुंबईच्या विल्सन कॉलेजमध्ये शिकत असताना मी जेव्हा विद्यार्थी संघटनेच्या भारतीय विद्यार्थी सेनेचा (भाविसे) सदस्य झालो तेव्हापासून माझं शिवसेनेशी नातं जुळलं आहे. त्या वेळेस राज ठाकरे हे भाविसेचे अध्यक्ष होते. वर्षभराने, १९९६मध्ये मी शिवसेनेच्या 'दोपहर का सामना' या हिंदी आवृत्तीसाठी अर्ध-वेळ पत्रकार म्हणून काम करू लागलो. त्याच वर्षापासून पत्रकार म्हणून माझ्या कारकिर्दीची औपचारिक सुरुवात झाली. मुंबईत गेली तीस वर्षं पत्रकारिता करत असताना मी या भगव्या पक्षाचे कित्येक चढ-उतार पाहिले आहेत. जुलै २०००मध्ये शिवसेनाप्रमुख बाळासाहेबांना झालेली अटक, २००३मध्ये त्यांचा मुलगा उद्धवला अधिकृतपणे दिलेलं कार्याध्यक्ष पद, २००५मध्ये राणे यांनी केलेली बंडखोरी, २००६मध्ये राज ठाकरे यांनी स्थापन केलेला स्वतःचा वेगळा पक्ष, २०१२मध्ये झालेलं बाळासाहेबांचं निधन आणि २०१४मध्ये निवडणुकीआधी तुटलेली अडीच दशकांची भाजप-सेनेची युती; या आणि अशा कित्येक घटनांचा एक पत्रकार म्हणून मी साक्षीदार राहिलो आहे. कामाच्या निमित्ताने ठाकरे परिवाराच्या तीनही पिढ्यांच्या मुलाखती मी घेतल्या. १९९९मध्ये मी बाळासाहेबांची एक मुलाखत घेत असताना नऊ वर्षांचा लहानगा आदित्य त्यांच्या मांडीवर बसून आपल्या आजोबांचं बोलणं अगदी लक्षपूर्वक ऐकत होता. भविष्यात हा मुलगा ठाकरे कुटुंबाचा राजकीय वारसदार होईल हा अंदाज तेव्हा कुणाला आला नाही. आदित्यचा

भाऊ तेजस राजकारणात सक्रिय नाही.

प्रत्येक संघटनेत चढ-उतार तर असतातच; परंतु त्यांच्या या प्रवासात कित्येकदा अशा घटना घडतात, त्यापायी त्यांच्या अस्तित्वापुढे आव्हान निर्माण होतं किंवा त्या घटना त्या संघटनेलाच बदलून टाकतात. साठच्या दशकात जन्मलेल्या शिवसेनेने चार मोठी बंडं पाहिली. बाळासाहेबांच्या हयातीतच पहिली तीन बंडं झाली. त्या वेळेस शिवसेना सत्तेत नव्हती. त्या बंडांनी शिवसेनेला हादरा बसला हे जरी खरं असलं, तरी पक्षावर त्याचा फार काळ प्रभाव राहिला नाही. पक्ष ठाकरे परिवाराच्याच हातात राहिला..., तथापि, जून २०२२मध्ये झालेलं बंड त्या सगळ्याहून वेगळं आणि व्यापक होतं. या बंडाने उद्धव ठाकरेंच्या हातातून महाराष्ट्राची सत्ता तर गेली आहेच. मात्र, शिवसेनेचा लगामही ठाकरे कुटुंबीयांच्या हातून हिसकावून घेतला जातो की काय, असा प्रश्नही उभा राहिला आहे. ज्यांनी अनेक दशकं शिवसेनेला पाहिलं आहे, त्यांच्यासाठी ठाकरेंशिवाय शिवसेनेची कल्पना करणं सोपं नसेल. शिवसेना आणि ठाकरे हे एक-दुसऱ्याचे पर्यायी शब्द झाले होते. परंतु, म्हणतात ना, सगळे दिवस काही सारखे नसतात! शिवसेनासुद्धा मोठा बदल पाहते आहे. अगदी खरं सांगायचं, तर हे पुस्तक लिहिण्याचा माझा अजिबात मानस नव्हता. टीव्ही पत्रकारांचं जीवन अतिशय व्यग्र असतं. त्यातूनच मोठ्या नेटाने वेळ काढून लेखन करावं लागतं. या आधीची पुस्तकं लिहिताना मी माझ्या कुटुंबाला मुळीच वेळ देऊ शकलो नव्हतो. ती पुस्तकं पूर्ण होताच दुसऱ्या मोठ्या पुस्तकासाठी माझं संशोधनकार्य सुरू झालं. नोकरी, कुटुंब आणि संशोधन यात समन्वय राखणं मोठं कठीण आहे. अशातच, जेव्हा या पुस्तकाचा प्रस्ताव समोर आला तेव्हा मोठ्या विनम्रतेने मी त्याला नकार दिला.... तरीसुद्धा, मित्रपरिवार आणि वाचक यांच्या प्रेमळ आग्रहापुढे मला मान तुकवावी लागली. महाराष्ट्राच्या राजकारणावर आधारित माझं या आधीचं '३५ दिवस' हे पुस्तक ज्यांनी वाचलं आहे त्यांना तर सद्यः विषयावरचं माझं पुस्तक वाचण्याची अतोनात उत्सुकता वाटत होती. अशातच एकदा मी विधान भवनात गेलो असता माझे काही राजकारणी मित्र मला तिथे भेटले. सद्यः घटनाक्रमांवर आधारित माझं पुस्तक येण्याची ते वाट पाहत आहेत

असं त्यांनी सांगितलं. फेसबुक, व्हॉट्स ॲप आणि ट्विटरवरून अनेक लोकांचे मेसेजेस येऊ लागले की, शिवसेनेत झालेल्या या सगळ्या मोठ्या बंडखोरीवर मी लिहायलाच हवं. शेवटी, या सगळ्या प्रेमळ दबावाला बळी पडून हे पुस्तक लिहिण्याचा निर्णय मी घेतला.

पुस्तक लिहिण्याचा मनोमन निर्णय तर झाला; पण जे रोज छापून येत आहे किंवा टीव्हीवर दाखवलं जात आहे तेच सगळं मी पुस्तकात लिहिणार का, हा एक मोठा प्रश्न होता. त्यातून या पुस्तकाच्या वाचकांना वेगळं काय मिळणार होतं? बंडखोरीमागची हकिकत काय आहे हे जाणून घेण्याची उत्सुकता सगळ्यांना होती. त्यामुळेच, त्या मुद्द्यावर लक्ष केंद्रित करण्याचा प्रयत्न मी केला आहे. या कामात माझे सहकारी रौनक कुकडे यांनी मला खूप मदत केली आहे. महाराष्ट्राच्या सर्वोत्तम पत्रकारांपैकी रौनक एक आहेत. प्रत्येक मोठ्या पक्षात त्यांचे विश्वसनीय सूत्र आहेत. त्यांच्याकडून समजलेले पडद्यामागचे काही रंजक किस्से रौनकने या पुस्तकासाठी मला सांगितले. त्याव्यतिरिक्त, अनेक घटनांचं विश्लेषण आणि ऐतिहासिक संदर्भ मी दिले आहेत.

अतिशय कमी वेळात आणि अतिशय वेगाने या पुस्तकाचं लेखन झालं आहे. त्यामध्ये आपल्याला काही त्रुटी नजरेस आल्या तर त्यासाठी मीच जबाबदार असेन. हे पुस्तक लवकरात लवकर प्रकाशित करून तुमच्यापर्यंत पोहोचवण्यासाठी मेहता पब्लिशिंग हाऊसचे अखिल मेहता, संपादक योजना यादव आणि संपूर्ण टीमने दिलेल्या सहकार्याबद्दल मी त्यांचे आभार मानू इच्छितो. हिंदी पुस्तकाचा सुंदर मराठी अनुवाद करणाऱ्या डॉ. शुचिता नांदापूरकर-फडके यांचेही मी आभार मानतो.

– जीतेंद्र दीक्षित

२२ जुलै, २०२२, मुंबई

अनुवादाच्या निमित्ताने

राजकारण आणि हिंदी हे दोन्ही विषय माझ्या 'खास आवडीच्या' विषयांमध्ये नसल्याने मेहता पब्लिशिंग हाऊसच्या योजना यादव यांचा जेव्हा फोन आला आणि जीतेंद्र दीक्षित या कसलेल्या पत्रकाराच्या हिंदी संहितेचा मराठी अनुवाद 'आलं प्रकरण हातात की उतरव मराठीत' या तत्त्वावर सत्वर करायचा आहे असं त्यांनी सांगितलं तेव्हा मला चक्क 'नकार' द्यावासा वाटला (तो मी दिलाही होता). योजना यांनी मला खात्री दिली की, दीक्षितांची भाषा आणि शैली दोन्ही रंजक असून, मला कुठे अडचण येणार नाही. तरीसुद्धा पूर्ण होकार देण्यापूर्वी मी पहिलं प्रकरण नमुना म्हणून करून पाहिल्यावर मी त्या संहितेला न्याय देऊ शकते अशी माझी खात्री पटली आणि मी खरा 'होकार' दिला. गेल्या पंधरा दिवसांत दीक्षित प्रकरणं पाठवत गेले आणि मी त्यांचा अनुवाद करत गेले. जिथे अडलं, शंका आली तिथे दीक्षित तत्परतेने निरसन करत गेले. त्यामुळे मला कामात फार सहजता वाटली. अनुवाद हा अगदी असाच व्हायला हवा. मूळ लेखक हा अनुवादकाला सहजासहजी उपलब्ध व्हायला हवा. त्याच्याकडून अनवधानाने काही राहिलं / सुटलं असेल आणि अनुवादकाने ते लक्षात आणून दिलं असेल तर त्यात बदल करण्याची शब्दसशक्तता त्याने दाखवायला हवी. मी या बाबतीत सदैव सुदैवी ठरले आहे. दीक्षितांच्या ताज्या अनुभवाने त्यात मोलाची भर पडली आहे.

सुनील मेहतांच्या माघारी अखिल यांनी अत्यंत सशक्तपणे प्रकाशनाची धुरा आपल्या खांद्यांवर पेलली आहे हे पाहून त्यांचं कौतुक आणि अभिमान

वाटतो. माझ्या अनुवादकौशल्यावर विश्वास टाकत त्यांनी हे महत्त्वाचं पुस्तक (रंजक राज्यनाट्य) माझ्याकडे सोपवलं, योजना यादव यांनी सातत्याने वेळापत्रकाची बाजू सांभाळत माझ्याकडून पटापट प्रकरणं करून घेतली; मी त्या दोघांचीही आभारी आहे. माझी कन्या ऋजुता हिने तिच्या अत्यंत व्यग्र दिनक्रमातून आवर्जून वेळ काढत मला आशय संपादनात मोलाची मदत केली. तिचेही मनःपूर्वक आभार.

२०१९मध्ये झालेल्या औट घटकेच्या राजपटावर आधारित जीतेंद्र दीक्षित यांचं '३५ दिवस' हे पुस्तक मी आवर्जून वाचलं होतं. त्याचाच हा पुढचा भाग - उत्तरार्ध हा शब्द मुद्दाम टाळते आहे; कारण असे कितीतरी भाग येत राहतील. थांबण्यापूर्वी एकच सांगते, दीक्षित यांनी हिंदीत लिहावं, मी ते मराठीत अनुवादावं आणि 'मेहता'ने ते छापावं.

सर्वांच्याच 'सर्व' कारकिर्दींना अनेक शुभेच्छा!

माझ्या हातून माय मराठीची निरंतर सेवा घडो!

– शुचिता नांदापूरकर-फडके

पुणे, २७ जुलै, २०२२

वैधानिक सूचना

जीतेंद्र दीक्षित हे एबीपी न्यूज/एबीपी माझा या वृत्तवाहिन्यांमध्ये पत्रकार म्हणून कार्यरत असले, तरी या पुस्तकातील मजकुराशी या वाहिन्यांचा कोणताही संबंध नाही. कुणी व्यक्ती, विचारधारा किंवा राजकीय पक्षांची युती यांचं समर्थन किंवा विरोध करणं हा या पुस्तकाचा उद्देश नाही. कुठलीही वाईट भावना मनात न बाळगता घडलेल्या घटनांचं वर्णन आणि त्यांच्याशी निगडित ऐतिहासिक संदर्भ लेखकाने इथे तटस्थपणे मांडले आहेत. लेखकाला आणि त्याच्या सहकाऱ्यांना सूत्रांकडून मिळालेल्या माहितीवर आधारित पडद्यामागच्या काही घटनांचा उल्लेख या पुस्तकात आहे. अशा प्रसंगांच्या सत्यासत्यतेची स्वतंत्र पडताळणी करण्यात आलेली नाही. भविष्यात जर त्यांची सत्यता सिद्ध करण्याबाबत अथवा त्यांचं खंडन करण्याबाबत माहिती प्राप्त झाली तर पुढच्या आवृत्तीत त्यानुसार समावेश केला जाऊ शकतो.

अनुक्रमणिका

१

३० जून, २०२२
एक झटका देणारी तारीख

मुंबई शहरात जर कुणी सगळ्यात भव्य घरात राहत असेल तर ते म्हणजे महाराष्ट्राचे राज्यपाल. महाराष्ट्र राजभवनाची वास्तू ही मुंबई शहराचा एक स्वतंत्र विभागच आहे जणू. मुंबई म्हटलं की, निव्वळ धावपळ, तुफान गती, गजबजाट, हे जितकं खरं आहे, तितकंच राजभवन परिसराचं नितांत सौंदर्य आणि शांतता हीदेखील मुंबईची वैशिष्ट्यपूर्ण ओळख खरी आहे. चारी बाजूंना प्रसन्न हिरवळ, लीलया बागडणारे मोर, इकडून तिकडे सुर्रकन दौडणाऱ्या खारी आणि समोर पसरलेला विस्तीर्ण, स्वच्छ सागर किनारा... सामान्य मुंबईकरांसाठी निव्वळ स्वर्ग ठरावा असा हा परिसर. परंतु, ३० जून २०२२च्या संध्याकाळी राजभवनातली शांतता संपून वर्दळ सुरू झाली. विशेषतः, राजभवनाच्या दरबार हॉलमध्ये तर उत्सवाचं वातावरण पसरलं होतं. सन १९११मध्ये, इंग्लंडचा राजा पंचम जॉर्ज आणि राणी मेरी यांच्या स्वागतासाठी ही वास्तू खास उभारली गेली होती. स्वातंत्र्योत्तर काळात या हॉलचा वापर राज्यपाल, मुख्यमंत्री आणि मंत्रिगण यांच्या शपथविधीसाठी होऊ लागला. ती संध्याकाळही त्याला अपवाद नव्हती.

संध्याकाळी पावणे सातच्या सुमारास, ७५० आसनक्षमता असणारा तो हॉल तुडुंब भरला होता. उपस्थितांमध्ये उच्च पोलीस अधिकारी, राजभवनाचे कर्मचारी, पत्रकार आणि राजनैतिक कार्यकर्ते मोठ्या प्रमाणावर दिसून येत होते. मंच उत्तम प्रकारे सजवला गेला होता. मंचावरच्या टेबलमागे ठेवलेल्या दोन खुर्च्या नजरेत भरत होत्या. एकीवर स्थानापन्न

होणार होते राज्यपाल श्री. भगत सिंह कोश्यारी, तर दुसरीवर विराजमान होणार होते श्री. एकनाथ शिंदे. ठीक साडे सात वाजता, राज्यपाल त्यांना मुख्यमंत्रीपदाची शपथ देणार होते. साधारण सातच्या सुमारास मंचावर अचानक लगबग सुरू झाली. राजभवनाच्या कर्मचाऱ्यांनी आधीच्या दोन खुर्च्यांच्या जोडीने एक तिसरी खुर्ची आणून ठेवली.

तिसरी खुर्ची? कुणासाठी?

नेमकं आणखी कोण शपथ घेणार आहे? सगळेच तर्कवितर्क लढवू लागले. केवळ श्री. शिंदे यांच्या शपथविधीची माहिती मिळालेली होती. मंचावर जास्तीची एक खुर्ची आणून ठेवण्यासारख्या लहानशा बाबीवरून पत्रकारांना सणसणीत बातमीचा अंदाज येतो. काहीतरी महत्त्वाची राजकीय घटना घडणार आहे अशी चाहूल त्यांना ताबडतोब लागली. अल्पावधीतच रहस्याचा उलगडा झाला. अनेक पत्रकारांच्या मोबाईलवर भाजप अध्यक्ष श्री. जे.पी. नड्डा यांचा खुलासा येऊन पोहोचला. त्यात त्यांनी कळवलं की, भाजप नेतृत्वाने श्री. देवेंद्र फडणवीस यांना महाराष्ट्राचे उपमुख्यमंत्री म्हणून शपथ घ्यायला सांगितलं आहे. नड्डा यांच्या खुलाशापाठोपाठ गृहमंत्री श्री. अमित शहा यांनी ट्विट केलं-

भाजप अध्यक्ष श्री. जे.पी. नड्डा यांच्या म्हणण्याला मान देऊन, तसंच महाराष्ट्राचं आणि इथल्या जनतेचं हित लक्षात घेऊन, श्री. देवेंद्र फडणवीस यांनी मोठ्या मनाने सरकारमध्ये सहभागी होण्याचा निर्णय घेतला आहे. या निर्णयातून त्यांनी महाराष्ट्राप्रति असणारी आपली खरी निष्ठा आणि सेवाभाव यांची प्रचिती दिली आहे. यास्तव मी त्यांचं मनःपूर्वक अभिनंदन करत आहे.

भाजप अध्यक्ष श्री. जे.पी. नड्डा यांच्या म्हणण्याला मान देऊन, तसंच महाराष्ट्राचं आणि इथल्या जनतेचं हित लक्षात घेऊन, श्री. देवेंद्र फडणवीस यांनी मोठ्या मनाने सरकारमध्ये सहभागी होण्याचा निर्णय घेतला आहे. या निर्णयातून त्यांनी महाराष्ट्राप्रति असणारी आपली खरी निष्ठा आणि सेवाभाव यांची प्रचिती दिली आहे. यास्तव मी त्यांचं मनःपूर्वक अभिनंदन करत आहे.

फडणवीस यांना उपमुख्यमंत्री करण्याचा हा निर्णय जसा सगळ्यांसाठी

आश्चर्यकारक होता तसाच तो खुद्द फडणवीसांसाठीसुद्धा असावा. बरोबर तीन तासांपूर्वी, राजभवनाच्या त्याच दरबार हॉलच्या समोरच्या दुसऱ्या एका हॉलमध्ये पत्रकार परिषद घेऊन फडणवीस यांनी स्पष्ट शब्दांत जाहीर केलं होतं की, एकनाथ शिंदे हे महाराष्ट्राचे मुख्यमंत्री होतील आणि भाजप त्यांना पाठिंबा देईल. आपण सरकारबाहेर राहणार असल्याचंदेखील फडणवीस यांनी त्या वेळेस सांगितलं होतं.

जर फडणवीस यांनी सरकारबाहेर राहण्याचं जाहीर केलंच होतं, तर अवघ्या तीन तासांत भाजपमध्ये असं नेमकं काय घडलं की, त्यांना उपमुख्यमंत्रीपदाची शपथ घ्यायला सांगण्यात आलं? असा निर्णय घेण्यापूर्वी पक्षाने त्यांच्याशी चर्चा केली नव्हती का...? फडणवीस जर मंत्रिमंडळात सहभागी होणारच होते, तर ते मुख्यमंत्री म्हणून का नाही? महाराष्ट्राचं मुख्यमंत्रीपद ज्याने दोन वेळा भूषवलं आहे, महाराष्ट्र भाजपचा जो चिरपरिचित आणि सर्वांत ठळक चेहरा आहे, ज्याच्या रणनीतीने पोटनिवडणुकांसह स्थानिक निवडणुका, राज्यसभा निवडणुका आणि विधान परिषद निवडणुका या प्रत्येक निवडणुकीत भाजपला जिंकून दिलं आहे, त्या व्यक्तीची पक्षाने अशी अवनती का करावी? फडणवीस यांच्या वाढत्या प्रभावाने पक्षाला असुरक्षितता जाणवू लागली होती का? त्यांचे पंख कापण्याचा हा प्रयत्न होता का? भूतकाळात काही सभांदरम्यान 'नरेंद्र नंतर देवेंद्र?' अशा घोषणा देण्यात आल्याने, देशाचे पंतप्रधान होण्याची महत्त्वाकांक्षा फडणवीस मनात बाळगून आहेत असं पक्षाला वाटू लागलं होतं का?

जर फडणवीस यांनी सरकारबाहेर राहण्याचं जाहीर केलंच होतं, तर अवघ्या तीन तासांत भाजपमध्ये असं नेमकं काय घडलं की, त्यांना उपमुख्यमंत्रीपदाची शपथ घ्यायला सांगण्यात आलं? असा निर्णय घेण्यापूर्वी पक्षाने त्यांच्याशी चर्चा केली नव्हती का...?

प्रश्न अनेक होते आणि प्रत्येक जण आपापल्या परीने उत्तर देत होता. पत्रकारांनी त्यांच्या भाजप सूत्रांना पटापट फोन लावले; पण तेसुद्धा चक्रावून गेले होते. महाराष्ट्र भाजपचे अनेक नेते दरबार हॉलमध्ये उपस्थित होते. पत्रकारांच्या नजरेत दाटलेलं आश्चर्य त्यांच्याही नजरेत स्पष्ट दिसून येत होतं. या निर्णयाबद्दल कुणालाच काही ठामपणे सांगता

येत नव्हतं.

खरं तर, ३० जून ही तारीख एकामागोमाग एक धक्के देत होती. दुपारी साडे चार वाजता श्री. देवेंद्र फडणवीस यांच्या पत्रकार परिषदेपूर्वी, सगळ्यांना ही आशा होती की, फडणवीस आता राज्यपालांना भेटून सरकार स्थापन करण्यासाठी दावा करतील आणि त्यानंतर जाहीर करतील की, ते मुख्यमंत्रीपदाची शपथ घेत आहेत. शिवसेनेविरुद्ध बंड करणारे एकनाथ शिंदे यांना उपमुख्यमंत्री केलं जाईल.... परंतु, हे काय? एकनाथ शिंदे हे मुख्यमंत्री म्हणून शपथ घेतील अशी घोषणा करत फडणवीस यांनी सगळ्यांना जबरदस्त आश्चर्याचा धक्काच दिला. हा निर्णय आकलनापल्याडचा होता. कॉमन सेन्सच्या अगदी विपरीत... ज्यांचे १०६ आमदार निवडून आले आहेत, ज्यांना नऊ अपक्ष आमदारांचं समर्थन प्राप्त आहे, त्यांनी उपमुख्यमंत्रीपद का घ्यायचं? स्वतःच्या पक्षाशी बंडखोरी करून, केवळ ३९ आमदार आणणाऱ्या एकनाथ शिंदेंना मुख्यमंत्रीपद का द्यायचं? फडणवीसांच्या सांगण्यात काही गल्लत तर नाही झाली ना, असाच विचार प्रत्येकाच्या मनात थैमान घालत होता.

३० जून ही तारीख एकामागोमाग एक धक्के देत होती. दुपारी साडे चार वाजता श्री. देवेंद्र फडणवीस यांच्या पत्रकार परिषदेपूर्वी, सगळ्यांना ही आशा होती की, फडणवीस आता राज्यपालांना भेटून सरकार स्थापन करण्यासाठी दावा करतील आणि त्यानंतर जाहीर करतील की, ते मुख्यमंत्रीपदाची शपथ घेत आहेत.

त्याच दिवशी सकाळी, एबीपी नेटवर्कचा वार्ताहर अक्षय भाटकरने ०९:३९ वाजता आपल्या कार्यालयाच्या व्हॉट्स ॲप ग्रूपवर बातमी पाठवली -

'एकनाथ शिंदे यांना मिळणार मुख्यमंत्रीपद! आज किंवा उद्या सरकार स्थापन करण्याचा दावा करणार! भाजप त्यांना समर्थन देणार! आतल्या गोटात चर्चा सुरू!'

अक्षयने सकाळी ही बातमी दिली, तेव्हा कुणाचाही त्याच्यावर विश्वास बसला नव्हता, तरी संध्याकाळच्या सुमारास ती बातमी खरी झाली. अक्षयच्या सूत्रांनी अगदी खरी बातमी दिली होती; परंतु त्याला बहुतांशी कुणीही पाठिंबा दिला नव्हता. या निर्णयामागे कुठला ठाम

विचार आहे हे नेमकं समजत नव्हतं, त्यामुळे ही बातमी खोटी ठरण्याचा धोका होता. त्यामुळेच, चॅनेलवर ही बातमी न दाखवण्याचा निर्णय घेण्यात आला. चुकीची बातमी पसरवण्यापेक्षा बातमी उशिरा पोहोचलेली अधिक बरी हाच विचार त्यामागे होता. इतकी मोठी बातमी हातात येऊनसुद्धा चॅनेलवर ती दाखवली जात नसल्याने अक्षयलाही वाईट वाटत होतं; पण या बाबतीत चॅनेल कोणतीही जोखीम पत्करायला तयार नव्हतं.

शपथविधी प्रारंभ व्हायला केवळ पाच मिनिटं असताना देवेंद्र फडणवीस दरबार हॉलमध्ये येऊन पोहोचले. त्यांच्या चेहऱ्यावर गंभीर भाव होते. कुणी अभिनंदन केल्यास उत्तरादाखल ते बळंच हसल्यासारखं करत होते. पक्षाने घेतलेल्या निर्णयावर फडणवीस नाराज आहेत, अशी बातमी तोवर येऊन पोहोचली होतीच. शपथविधीसाठी उपस्थित राहण्याची त्यांची इच्छा नव्हती; परंतु ऐनवेळी पंतप्रधान श्री. नरेंद्र मोदी यांनी फोनवरून त्यांची समजूत काढल्यानंतर ते राजभवनात येऊन पोहोचले होते.

शपथविधी प्रारंभ व्हायला केवळ पाच मिनिटं असताना देवेंद्र फडणवीस दरबार हॉलमध्ये येऊन पोहोचले. त्यांच्या चेहऱ्यावर गंभीर भाव होते. कुणी अभिनंदन केल्यास उत्तरादाखल ते बळंच हसल्यासारखं करत होते. पक्षाने घेतलेल्या निर्णयावर फडणवीस नाराज आहेत, अशी बातमी तोवर येऊन पोहोचली होतीच.

पारंपरिक पद्धतीने, तुतारीच्या घोषात राज्यपाल भगत सिंह कोश्यारी यांनी दरबार हॉलमध्ये प्रवेश केला. राष्ट्रगीतानंतर कोश्यारी यांनी शपथ देण्यासाठी एकनाथ शिंदे यांना मंचावर आमंत्रित केलं, तेव्हा शिंदे यांच्या जयजयकाराने हॉल दुमदुमलाच, शिवाय दिवंगत शिवसेनाप्रमुख बाळासाहेब ठाकरे यांच्या नावाचा जयघोष झाला. बाळासाहेबांच्या स्मृतीला वंदन करून मगच शिंदे यांनी शपथ घेतली. यामागचा त्यांचा उद्देश स्पष्ट होता. बाळासाहेबांच्या सिद्धान्तांवर चालणारी शिवसेना उद्धव ठाकरे यांच्याबरोबर नसून शिंदे यांच्याबरोबर आहे हे ते त्यातून दाखवून देऊ इच्छित होते.

शिंदे यांच्या शपथविधीनंतर कोश्यारी यांनी फडणवीस यांना शपथ दिली. ज्यांनी दोन वेळा मुख्यमंत्रीपदाची शपथ घेतली होती,

अशा देवेंद्र फडणवीस यांना उपमुख्यमंत्री म्हणून शपथ घेताना पाहणं अनेकांना पटत नव्हतं. २०१९ सालच्या निवडणुकीपूर्वी, विधानसभेच्या शेवटच्या सत्रात, एका कवितेचं वाचन करताना फडणवीस यांनी मोठ्या जोशात सांगितलं होतं, 'मी पुन्हा येईन, मी पुन्हा येईन, मी पुन्हा येईन!' तसे ते सरकारात आलेदेखील; पण दुसऱ्या क्रमांकावर समाधान मानत... अर्थातच, त्यांची नाराजी अगदी स्पष्ट होती.

फडणवीस यांना भलेही आनंद झाला नसेल; परंतु ठाकरे सरकार उलथवण्याच्या योजनेत त्यांच्या पक्षाला यश प्राप्त झालं होतं. अडीच वर्षांपूर्वीच्या ३५-दिवसीय राजकीय नाटकानंतर, सत्तारूढ झालेलं ठाकरे सरकार केवळ दहा दिवसांच्या घडामोडींनंतर पडलं. मात्र, ह्या दहा-दिवसीय घडामोडींचं बीज गेल्या अडीच वर्षांतच पेरलं गेलं होतं.

◆

२

अडीच वर्षांचा काटेरी मार्ग

मी उद्धव बाळासाहेब ठाकरे...

२८ नोव्हेंबर, २०१९ रोजी मुंबईच्या शिवाजी पार्कवर उभारलेल्या भव्य मंचावर उद्धव ठाकरे यांनी महाराष्ट्राच्या मुख्यमंत्रीपदाची शपथ घेतली, तेव्हा ती घटना अनेक प्रकारे ऐतिहासिक ठरली. ठाकरे कुटुंबीयांत पहिल्यांदाच कुणी मंत्रिपद भूषवत होतं. आयुष्यात कधीही कुठलंही सरकारी पद स्वीकारणार नाही असा 'पण' उद्धव यांचे पिता आणि शिवसेनेचे संस्थापक बाळासाहेब ठाकरे यांनी केला होता. उद्धव यांनी मात्र स्वतःवर असं कुठलंही बंधन घालून घेतलं नव्हतं. शिवसेनेचे हाडवैरी समजल्या जाणाऱ्या दोन पक्षांबरोबर मिळून सरकार स्थापन केलं जात असल्यानेही हा शपथविधी ऐतिहासिक ठरला होता. शिवसेना, राष्ट्रवादी आणि काँग्रेस यांच्या या युतीला 'महाविकास आघाडी' असं नाव दिलं गेलं होतं.

३५-दिवसीय महानाट्य

महाविकास आघाडीचं सरकार निर्माण होण्याआधी ३५ दिवस महाराष्ट्रात जे मोठं राजकीय नाट्य रंगलं होतं, ते पाहण्यासाठी सगळा देश टीव्हीसमोर खिळून बसला होता. या महानाट्याची सुरुवात २३ ऑक्टोबर, २०१९ रोजी, महाराष्ट्राच्या विधानसभा निवडणुकीचे निकाल हाती आल्यानंतर झाली होती. निकालानुसार, १०६ जागा पटकावून भाजप हा सगळ्यात मोठा पक्ष म्हणून निवडून आला होता. शिवसेना ५६ जागा मिळवून दुसऱ्या क्रमांकावर, राष्ट्रवादी ५४ जागा जिंकून

तिसऱ्या स्थानावर, तर ४४ जागा जिंकून काँग्रेस पक्ष चौथ्या क्रमांकावर होता. महाराष्ट्राच्या २८८ जागांच्या विधानसभेत सरकार स्थापन करण्यासाठी बहुमताचा १४५ हा आकडा गाठणं गरजेचं होतं. निवडणूकपूर्व युती असलेल्या भाजप-शिवसेनेला हा आकडा गाठून सरकार स्थापन करणं सहज शक्य होतं... मात्र, मुख्यमंत्र्यांच्या खुर्चीसाठी उद्धव ठाकरे अडून बसले आणि भलताच पेचप्रसंग निर्माण झाला. त्या वर्षी झालेल्या लोकसभा निवडणुकांपूर्वी, तत्कालीन भाजप अध्यक्ष अमित शाह यांनी आपल्याला वचन दिलं असून त्यानुसार, दोन्ही पक्ष प्रत्येकी अडीच वर्षं मुख्यमंत्रीपद भूषवतील असं ठाकरे यांचं म्हणणं होतं, तर असं कुठलंही वचन देण्यात आलं नसल्याचं भाजपच्या देवेंद्र फडणवीस यांचं म्हणणं होतं. फडणवीस यांनी आपल्याला असं खोटं ठरवलेलं पाहून ठाकरे भडकले आणि त्यांनी भाजपशी बोलणं टाकलं.

एकीकडे, ठाकरे यांनी फडणवीस यांच्याशी बोलणं टाकलं आणि दुसरीकडे राष्ट्रवादीचे प्रमुख शरद पवार यांच्याशी वाटाघाटी सुरू केल्या. प्रत्यक्षात, गेली पाच वर्षं शरद पवार यांची भाजप-शिवसेना युती सरकारवर बारीक नजर होतीच. दोन्ही पक्ष सत्तेत एकत्र असले, तरी त्यांच्या नात्यात कटुता आल्याचं त्यांनी हेरलं होतं.

एकीकडे, ठाकरे यांनी फडणवीस यांच्याशी बोलणं टाकलं आणि दुसरीकडे राष्ट्रवादीचे प्रमुख शरद पवार यांच्याशी वाटाघाटी सुरू केल्या. प्रत्यक्षात, गेली पाच वर्षं शरद पवार यांची भाजप-शिवसेना युती सरकारवर बारीक नजर होतीच. दोन्ही पक्ष सत्तेत एकत्र असले, तरी त्यांच्या नात्यात कटुता आल्याचं त्यांनी हेरलं होतं. भाजपचे मुख्यमंत्री शिवसेनेच्या नेत्यांवर वर्चस्व गाजवत होते. त्यांचे (सेनेच्या मंत्र्यांचे) अधिकारही फार सीमित होते (कुणाचे अधिकार सीमित आहेत हे स्पष्ट होत नाही.) 'सामना' ह्या शिवसेनेच्या दैनिक मुखपत्राच्या 'संपादकीय'मधून भाजप आणि फडणवीस यांच्याविरुद्ध रोजच गरळ ओकलं जात होतं. भाजपमध्ये सामील होऊन अपमानाचे घोट रिचवण्यापेक्षा शिवसेनेचा आपला मुख्यमंत्री असणं केव्हाही चांगलं, असं सांगत पवारांनी राष्ट्रवादीचं समर्थन देऊन उद्धव ठाकरे यांना आश्वस्त केलं. त्याच जोडीने, काँग्रेसलासुद्धा सरकारमध्ये सामील होण्यासाठी

राजी करता येईल असंही त्यांनी सांगितलं.

शरद पवारांचा हा प्रस्ताव मान्य करत उद्धव ठाकरे यांनी घोषणा केली की, मुख्यमंत्री सेनेचाच असेल. विरुद्ध विचारधारा असूनही युती करण्याच्या आपल्या निर्णयाचं समर्थन त्यांनी भाजपचं उदाहरण देऊन केलं. ठाकरे म्हणाले की, जर जम्मू-काश्मीरमध्ये भाजप आणि महबूबा मुफ्ती यांच्या पीडीपीचं युती सरकार असू शकतं, तर महाराष्ट्रात शिवसेना-राष्ट्रवादी-काँग्रेस का नाही? काश्मिरी फुटिरतावाद्यांप्रति नरमाईचं धोरण, राज्याला विशेष दर्जा देणारं संविधान कलम ३७० हटवलं म्हणून विरोध हे आणि त्याचबरोबर जम्मू-काश्मीरमध्ये सेनेला विशेषाधिकार देणारा आर्म्ड फोर्सेस स्पेशल पॉवर ॲक्टसुद्धा काढून टाकावा ही पीडीपीची भूमिका भाजपच्या विचारसरणीच्या अगदी विरुद्ध होती.

या दरम्यान, उद्धव ठाकरे यांनी विधिमंडळ पक्ष नेतेपदी एकनाथ शिंदे यांची नियुक्ती केली. शिंदेंची ओळख एक कट्टर शिवसैनिक अशी होती. मुंबई आणि भोवतालच्या परिसरात त्यांचा चांगलाच दबदबा होता. या नियुक्तीमुळे 'मुख्यमंत्री जर शिवसेनेचा असेल, तर ते पद एकनाथ शिंदे यांनाच मिळेल' अशी चर्चा राजकीय वर्तुळात रंगू लागली. आपल्या पित्याप्रमाणेच उद्धव ठाकरेदेखील बाहेर राहून रिमोट कन्ट्रोलद्वारे सरकार चालवतील, असे आडाखे बांधले जाऊ लागले.

या दरम्यान दैनिक 'सामना'च्या माध्यमातून शिवसेनेने आरोप केला की, भाजप त्यांच्या आमदारांना लालूच दाखवण्याचा प्रयत्न करत आहे. घरफोडी होऊ नये म्हणून उद्धव ठाकरे यांनी सुरुवातीला सर्व नेत्यांना 'मातोश्री' बंगल्यात बोलावलं आणि तिथून त्यांना रिसॉर्टमध्ये रवाना केलं, जेणेकरून भाजप त्यांच्यापर्यंत पोहोचू शकणार नाही. शिवसेनेचे आमदार रिसॉर्टमध्ये असतानाच एका संध्याकाळी एकनाथ

शरद पवारांचा हा प्रस्ताव मान्य करत उद्धव ठाकरे यांनी घोषणा केली की, मुख्यमंत्री सेनेचाच असेल. विरुद्ध विचारधारा असूनही युती करण्याच्या आपल्या निर्णयाचं समर्थन त्यांनी भाजपचं उदाहरण देऊन केलं. ठाकरे म्हणाले की, जर जम्मू-काश्मीरमध्ये भाजप आणि महबूबा मुफ्ती यांच्या पीडीपीचं युती सरकार असू शकतं, तर महाराष्ट्रात शिवसेना-राष्ट्रवादी-काँग्रेस का नाही?

या दरम्यान दैनिक 'सामना'च्या माध्यमातून शिवसेनेने आरोप केला की, भाजप त्यांच्या आमदारांना लालूच दाखवण्याचा प्रयत्न करत आहे. घरफोडी होऊ नये म्हणून उद्धव ठाकरे यांनी सुरुवातीला सर्व नेत्यांना 'मातोश्री' बंगल्यात बोलावलं आणि तिथून त्यांना रिसॉर्टमध्ये रवाना केलं, जेणेकरून भाजप त्यांच्यापर्यंत पोहोचू शकणार नाही.

शिंदे यांना देवेंद्र फडणवीस यांचा फोन आला. शिंदे आपल्या आमदारांना घेऊन सरकार स्थापन करण्यासाठी मदत करतील का याचा अंदाज घेण्यासाठी हा फोन होता. पक्षाविरुद्ध जायला शिंदे यांनी त्या वेळेस स्पष्ट नकार दिला.

२२ नोव्हेंबरच्या संध्याकाळी नेहरू सेंटरमध्ये तीन पक्षांच्या वरिष्ठ नेत्यांची बैठक झाली. त्यामध्ये असं निश्चित करण्यात आलं की, उद्धव ठाकरे हे महाविकास आघाडी सरकारचे मुख्यमंत्री होतील. आपण मुख्यमंत्री व्हावं की नाही याबद्दल उद्धव ठाकरे बैठक होण्यापूर्वी द्विधावस्थेत होते; परंतु असं सांगितलं जातं की, पत्नी रश्मी आणि पुत्र आदित्य यांच्या सल्ल्यावरून त्यांनी मुख्यमंत्रीपदाचा स्वीकार करण्यासाठी होकार दिला.

दुसऱ्या दिवशी सकाळी, सगळ्या वर्तमानपत्रांच्या पहिल्या पानावर बातमी छापून आली - 'उद्धव ठाकरे होणार महाराष्ट्राचे नवे मुख्यमंत्री.' इतकं झाल्यावर लोकांनी जेव्हा टीव्ही सुरू केला तेव्हा साऱ्यांनाच आश्चर्याचा धक्का बसला; कारण टीव्हीवर देवेंद्र फडणवीस मुख्यमंत्रीपदाची शपथ घेताना दिसत होते. अजित पवारांनी जेव्हा उपमुख्यमंत्री म्हणून शपथ घेतली तेव्हा लोकांना दुसरा धक्का बसला. फडणवीस यांच्याबरोबर सरकार स्थापन करण्यासाठी, राष्ट्रवादीशी बंड करत, १२ आमदारांसमवेत अजित पवार तडक राजभवनात पोहोचले होते. एएनआयच्या कॅमेऱ्यासमोर त्यांनी उघड केलं की, अशी तीन पक्षांची खिचडी असलेलं सरकार स्थापण्यात काहीही अर्थ नाही. दोन पक्षांचंच सरकार नीट चालत असल्याचं आपण आपले काका शरद पवार यांना सांगितलं आहे, असंही ते म्हणाले.

अजित पवारांच्या जोडीने फडणवीस यांनी सरकार स्थापन करणं मोठं नवलाचं होतं; कारण गेल्या काही महिन्यांत, प्रचारसभांमध्ये, भ्रष्टाचाराच्या आरोपामध्ये याच अजित पवारांना तुरुंगवास भोगायला

लावू, असा शब्द फडणवीस यांनी जनतेला दिला होता. फडणवीस यांचा 'शोले' या हिंदी सिनेमातल्या धर्मेंद्रच्या गाजलेल्या डायलॉगची नक्कल करणारा एक व्हिडिओ मोठ्या प्रमाणात व्हायरल झाला होता. त्यात ते म्हणत होते, 'आमचं सरकार आल्यावर अजितदादा चक्की पीसिंग, पीसिंग अँड पीसिंग...' निवडणुकांपूर्वी राजकारणी बोलतात एक आणि निकाल जाहीर झाल्यावर प्रत्यक्षात वेगळंच वागतात याची जाण राजकीय अभ्यासकांना आहेच. हे बहुतांशी राजकारणी आणि त्यांच्या पक्षांनादेखील लागू होतं.

अजित पवारांच्या जोडीने फडणवीस यांनी सरकार स्थापन करणं मोठं नवलाचं होतं; कारण गेल्या काही महिन्यांत, प्रचारसभांमध्ये, भ्रष्टाचाराच्या आरोपामध्ये याच अजित पवारांना तुरुंगवास भोगायला लावू, असा शब्द फडणवीस यांनी जनतेला दिला होता.

ही सारी शरद पवार यांची करणी असल्याची शंका राजकीय वर्तुळात अनेकांना होती. देशाच्या राजकारणात पवार हे त्यांच्या राजकीय डावपेचांसाठी प्रसिद्ध असल्याने अजित पवारांची बंडखोरी हाही असाच एक डाव समजला गेला. १९७८मध्ये, आपल्या पार्टीचे वरिष्ठ नेते आणि तत्कालीन मुख्यमंत्री वसंतदादा पाटील यांच्याशी बंडखोरी करून स्वतः शरद पवार मुख्यमंत्री झाले होते. मात्र, या वेळेस, पवारांवरच खेळी उलटली होती. पुतण्या अजित पवारांनी त्यांना आपल्या बंडखोरीची चाहूलही लागू दिली नव्हती. या बंडखोरीत आपली कुठल्याही प्रकारची भूमिका नसल्याचं शरद पवारांनी ताबडतोब उद्धव ठाकरेंना फोन करून सांगितलं. त्यानंतर, वाय. बी. चव्हाण सेंटर इथे पवार आणि ठाकरे यांनी एकत्रित एक पत्रकार परिषद बोलावली. अजित पवारांबरोबर गेलेल्या सर्व आमदारांनी परत यावं, अशी ताकीद देत पवार म्हणाले की, ते आमदार परत आले नाहीत तर

हा सगळा मामला सुप्रीम कोर्टात पोहोचला. राष्ट्रवादी आणि शिवसेनेने पहाटे शपथ घेतलेल्या सरकारला असंवैधानिक मानलं. देवेंद्र फडणवीस यांनी विधानसभेचं विशेष सत्र बोलावून त्यात बहुमत सिद्ध करावं, असा आदेश सुप्रीम कोर्टाने दिला. त्याकरता, २६ नोव्हेंबर ही तारीख निश्चित करण्यात आली.

पक्षांतर्गत कायद्यान्वये त्यांच्यावर कारवाई करण्यात येईल. पवारांच्या धमकीचा व्हायचा तोच परिणाम झाला. त्याच संध्याकाळी, अजित पवार वगळता बहुतेक आमदार पक्षात परतले. नवल म्हणजे, राष्ट्रवादीच्या अनेक आमदारांना शोधून आणण्यात एकनाथ शिंदेंनी मोलाची मदत केली. त्यापैकी काही आमदार दिल्लीच्या एका हॉटेलमध्ये लपले होते. राष्ट्रवादीच्या युवा सदस्यांनी त्यांना तिथून सोडवून मुंबईला आणलं.

हा सगळा मामला सुप्रीम कोर्टात पोहोचला. राष्ट्रवादी आणि शिवसेनेने पहाटे शपथ घेतलेल्या सरकारला असंवैधानिक मानलं. देवेंद्र फडणवीस यांनी विधानसभेचं विशेष सत्र बोलावून त्यात बहुमत सिद्ध करावं, असा आदेश सुप्रीम कोर्टाने दिला. त्याकरता, २६ नोव्हेंबर ही तारीख निश्चित करण्यात आली. विधानसभेत नेमकं काय घडणार याकडे सगळ्यांचं लक्ष लागलं होतं. मात्र, त्याच वेळेस, देवेंद्र फडणवीस यांची भेट घ्यायला अजित पवार 'वर्षा' या त्यांच्या निवासस्थानी पोहोचले. त्यांनी फडणवीस यांच्या हातात आपला राजीनामा ठेवला. बहुमत सिद्ध करण्यासाठी आवश्यक असणारं राष्ट्रवादी आमदारांचं संख्याबळ आपण आणू शकत नसल्याचं अजित पवार यांना कळून चुकलं होतं. बंडाचं निशाण उभारून ते एक प्रकारे जुगार खेळले होते आणि त्यात सपशेल अपयशी ठरले होते हेही त्यांना कळून चुकलं होतं. देवेंद्र फडणवीस यांच्यासमोर आता काही मार्गच उरला नव्हता. त्यांनीही मग मुख्यमंत्रीपदाचा राजीनामा दिला. अशा प्रकारे, अवघ्या तीन दिवसांत फडणवीस सरकार कोसळलं.

फडणवीस सरकार कोसळल्याने ठाकरे सरकार स्थापनेचा मार्ग मोकळा झाला. एक अडचण मात्र होती. तिन्ही पक्षांच्या किमान समान कार्यक्रमामध्ये 'धर्मनिरपेक्ष' हा शब्द दोनदा वापरण्यात आला होता. कट्टर हिंदुत्ववादी शिवसेनेची राजनीती ही सदैव स्वतःला धर्मनिरपेक्ष म्हणवणाऱ्या पक्षांविरुद्ध होती.

फडणवीस सरकार कोसळल्याने ठाकरे सरकार स्थापनेचा मार्ग मोकळा झाला. एक अडचण मात्र होती. तिन्ही पक्षांच्या किमान समान कार्यक्रमामध्ये 'धर्मनिरपेक्ष' हा शब्द दोनदा वापरण्यात आला होता. कट्टर हिंदुत्ववादी शिवसेनेची

राजनीती ही सदैव स्वतःला धर्मनिरपेक्ष म्हणवणाऱ्या पक्षांविरुद्ध होती. असं असताना उद्धव ठाकरे यांनी हा प्रस्ताव स्वीकारणं म्हणजे विषाचा घोट रिचवण्यासारखं आहे, हेच सगळ्यांचं मत होतं. परंतु, उद्धव ठाकरे यांनी कुठल्याही प्रकारे विरोध न दर्शवता प्रस्तावाचा स्वीकार केला. शिवसेनेच्या इतिहासात, तसंच महाराष्ट्राच्या राजकारणात घडलेली मोठी घटना म्हणून याकडे पाहिलं गेलं. विचारधारा हे सत्ता प्राप्त करण्याचं माध्यम असून, राजकीय पक्ष सत्ताप्राप्तीसाठीच असतात. विचारधारा जर सत्ताप्राप्तीच्या आड येत असेल तर तिच्यापासून फारकत घ्यायला पक्षाला जराही वेळ लागत नाही, या उक्तीची प्रचिती या वेळेस पुन्हा आली.

उद्धव ठाकरे यांनी मुख्यमंत्रीपदाची शपथ घेतल्यावर शिवसेनेचे एकनाथ शिंदे आणि सुभाष देसाई, राष्ट्रवादीचे जयंत पाटील आणि छगन भुजबळ, तसंच, काँग्रेसचे नितीन राऊत आणि बाळासाहेब थोरात या सहा नेत्यांनी शपथ घेतली. महाराष्ट्रात तीन पक्षांच्या युतीचं सरकार स्थापन झालं आणि भाजपला विरोधी पक्ष म्हणून बसावं लागलं. काही दिवसांनी, विधानभवनात आणखी एक शपथविधी आयोजित करण्यात आला, जिथे अन्य मंत्रिगणाने शपथ घेतली. राष्ट्रवादीशी बंड करणारे अजित पवारसुद्धा पक्षात परतले आणि त्यांना उपमुख्यमंत्री करण्यात आलं. पक्षप्रमुखांच्या पुतण्याने केलेलं बंड नजरेआड तर केलं गेलंच, शिवाय शिक्षेऐवजी त्यांना या पदाच्या रूपात जणू पुरस्कारच दिला गेला.

मंत्रिमंडळात जेव्हा खातेवाटप झालं, तेव्हा गृह, वित्त, जलसंधारण, गृहनिर्माण आणि आरोग्य अशी सोन्याची अंडी देणारी महत्त्वाची खाती राष्ट्रवादीने स्वतःकडे राखून ठेवली. शिवसेनेला नगरविकास, सामान्य प्रशासन, परिवहन, कृषी, पर्यावरण

मंत्रिमंडळात जेव्हा खातेवाटप झालं, तेव्हा गृह, वित्त, जलसंधारण, गृहनिर्माण आणि आरोग्य अशी सोन्याची अंडी देणारी महत्त्वाची खाती राष्ट्रवादीने स्वतःकडे राखून ठेवली. शिवसेनेला नगरविकास, सामान्य प्रशासन, परिवहन, कृषी, पर्यावरण आणि वन विभाग मिळाले, तर काँग्रेसच्या वाट्याला शिक्षण, ऊर्जा, महसूल, सार्वजनिक बांधकाम, वस्त्रोद्योग आणि बंदरे विकास हे विभाग आले.

आणि वन विभाग मिळाले, तर काँग्रेसच्या वाट्याला शिक्षण, ऊर्जा, महसूल, सार्वजनिक बांधकाम, वस्त्रोद्योग आणि बंदरे विकास हे विभाग आले.

अशा प्रकारे राज्याचा कारभार तर सुरू झाला. मात्र, सरकार नक्की कोण चालवत आहे हे अवघ्या काही दिवसांत स्पष्ट झालं. उद्धव ठाकरे हे मुख्यमंत्री असले, तरी सरकारची नाडी शरद पवार यांच्या हातात असल्याचं दिसून येत होतं. सरकारच्या वतीने महत्त्वाचे सगळे निर्णय पवार यांच्या मान्यतेने घेतले जात होते. पवार दररोज राष्ट्रवादीच्या मंत्र्यांची बैठक बोलावत होते आणि सरकारी कामासंदर्भात वरचेवर उद्धव ठाकरे यांचीही भेट घेत होते.

एकीकडे, शरद पवार बाहेरून सरकारवर अंकुश ठेवत असल्याचं दिसत होतं, तर दुसरीकडे उद्धव ठाकरे आपल्याच लोकांनाही भेटत नाहीत असा आरोप केला जात होता. शिवसेनेचे आमदार, खासदार आणि पक्ष पदाधिकारी यांना ठाकरेंचा वेळ मिळणं कठीण झालं होतं. दररोज मंत्रालयात न जाता घरूनच राज्यशकट हाकणं ठाकरे यांना जास्त आवडत होतं. उद्धव ठाकरे यांची ही कार्यपद्धत शरद पवार यांना मुळीच रुचली नाही. 'सामना'ला दिलेल्या मुलाखतीत पवारांनी ठाकरेंना सल्ला दिला की, मुख्यमंत्र्याने लोकांच्या गाठीभेटी घेतल्या पाहिजेत. तिकडे, शिवसेनेचा एक गट शरद पवार यांच्या प्रभावामुळे नाराज होता. त्यातलेच एक होते एकनाथ शिंदे. एक तर राष्ट्रवादीने सगळी महत्त्वाची खाती आपल्या ताब्यात घेतली होती. शिवाय, अजित पवार सरकारला डोईजड होत होते. त्यातून, वित्त विभाग अजित पवारांच्या अखत्यारीत येत असल्याने सर्वच मंत्र्यांना आपापल्या विभागाच्या योजनांच्या अंमलबजावणीसाठीही त्यांच्यावरच अवलंबून राहावं लागत होतं.

उद्धव ठाकरे यांचे चिरंजीव आदित्य ठाकरे हेसुद्धा सरकारमध्ये समाविष्ट झाले. मध्य मुंबईच्या वरळीतून त्यांनी निवडणूक जिंकली. राष्ट्रवादीचे सचिन अहिर आधी त्याच विभागाचे आमदार होते. परंतु, निवडणुकीपूर्वीच त्यांनी शिवसेनेत प्रवेश केला. आदित्य ठाकरे यांनी पहिल्यांदा निवडणूक जिंकताच त्यांना कॅबिनेट मंत्रीपद देण्यात आलं.

उद्धव ठाकरे यांचे चिरंजीव आदित्य ठाकरे हेसुद्धा सरकारमध्ये समाविष्ट झाले. मध्य मुंबईच्या वरळीतून त्यांनी निवडणूक जिंकली. राष्ट्रवादीचे सचिन अहिर आधी त्याच विभागाचे आमदार होते. परंतु, निवडणुकीपूर्वीच त्यांनी शिवसेनेत प्रवेश केला. आदित्य ठाकरे यांनी पहिल्यांदा निवडणूक जिंकताच त्यांना कॅबिनेट मंत्रीपद देण्यात आलं. सहसा, मंत्रिमंडळात कॅबिनेट मंत्रीपद प्राप्त होण्यापूर्वी वर्षानुवर्षं राजकारणाचे धडे गिरवावे लागतात; परंतु पक्ष प्रमुखाच्या मुलाला मात्र सगळं थेट चांदीच्या ताटात मिळतं. आदित्य यांचं वय जेमतेम २९ वर्षं असलं, ते सगळ्यात तरुण कॅबिनेट मंत्री असले, तरी सरकारमध्ये, विशेषतः, सेनेच्या ताब्यात असणाऱ्या खात्यांमध्ये त्यांचं दखल देणं वाढलं होतं. महाराष्ट्राच्या राजकीय घडामोडींवर बारकाईने लक्ष ठेवून असणाऱ्या आणि लेखकाचे स्नेही असणाऱ्या एका आयपीएस अधिकाऱ्याच्या मते, पहिली निवडणूक जिंकताच आदित्य यांना मंत्रीपद देणं हे एक सकारात्मक पाऊल होतं. इतक्या लहान वयात प्रशासकीय कामाचा अनुभव मिळाला, तर तो त्यांच्या आयुष्यात खूप कामी पडणार आहे.

कोरोनाचा हाहाकार!

कोविड-१९ने ठाकरे सरकारची पहिली परीक्षा घेतली. मार्च महिन्याच्या अखेरीस उद्धव ठाकरे यांना लॉकडाऊनची घोषणा करावी लागली. मुंबई-पुण्यासारख्या महानगरांत कोविड-१९मुळे असंख्य लोकांचे मृत्यू झाले. चीनच्या ज्या वुहान शहरात ह्या विश्वसाथीने थैमान घातलं होतं, त्या शहराशी लोक मुंबईची तुलना करू लागले होते. आशियातली सगळ्यात मोठी झोपडपट्टी मुंबईच्या धारावी भागात आहे. तिथल्या अरुंद गल्ली-बोळांतून रोगाची साथ इतकी झपाट्याने पसरू लागली की, त्यावर नियंत्रण ठेवण्याचं फार मोठं आव्हान ठाकरे सरकारसमोर

कोविड-१९ने ठाकरे सरकारची पहिली परीक्षा घेतली. मार्च महिन्याच्या अखेरीस उद्धव ठाकरे यांना लॉकडाऊनची घोषणा करावी लागली. मुंबई-पुण्यासारख्या महानगरांत कोविड-१९मुळे असंख्य लोकांचे मृत्यू झाले. चीनच्या ज्या वुहान शहरात ह्या विश्वसाथीने थैमान घातलं होतं, त्या शहराशी लोक मुंबईची तुलना करू लागले होते.

उभं राहिलं. त्या जोडीने, औषधोपचार, इंजेक्शन्स आणि प्राणवायूचा पुरेसा पुरवठा करण्याचा प्रश्न फार जटिल होता. हे सगळं कमी म्हणून की काय, मुंबईतल्या मजूर वर्गाला उपासमारीपासून वाचवायचं होतं. सरकारकडून त्यांच्या भोजनाची व्यवस्था करण्यात आली. केंद्र सरकारने कष्टकरी वर्गासाठी जेव्हा रेल्वे सुरू केली तेव्हा या मजुरांना स्टेशनवर पोहोचवण्यासाठी बसेसची आणि तिकिटांची सोयसुद्धा करावी लागली. वेळोवेळी, उद्धव ठाकरे टीव्हीच्या माध्यमातून लोकांसमोर येत होते, सरकारकडून पुरवण्यात येणाऱ्या सर्व उपाययोजनांची माहिती देत होते. मुंबईमध्ये राहणाऱ्या अमराठी लोकांना सगळं समजावं म्हणून हिंदी भाषेतून त्यांच्याशी संवाद साधत होते. कोरोना काळात ठाकरे यांनी घेतलेल्या निर्णयांचं बरंच कौतुक झालं. एका सर्वेक्षणानुसार, देशातल्या पाच उत्तम मुख्यमंत्र्यांपैकी ते एक असल्याचं दिसून आलं.

पालघर साधू हत्याकांड

महाराष्ट्रात कोरोनाने असा धुमाकूळ घातला असतानाच ठाकरेंना आरोपीच्या पिंजऱ्यात उभं करण्याची संधी त्यांच्या विरोधकांना मिळाली, ती मुंबईलगतच्या पालघर जिल्ह्यात घडलेल्या एका घटनेने. मुंबईच्या बोरीवलीतले दोन साधू १६ एप्रिल, २०१९रोजी आपल्या गुरूच्या अंतिम संस्कारांसाठी नाशिकला जाण्यासाठी एका व्हॅनमध्ये बसले. राज्यात सगळीकडे लॉकडाऊन असल्याने रस्त्यावर कुठलीही वाहनं दिसणार नाहीत याकडे पोलीस जातीने लक्ष देत होते. ही परिस्थिती लक्षात घेऊन त्या व्हॅनचालकाने जंगलातला रस्ता निवडला. दुर्दैवाने, त्याच काळात पालघरच्या अंतर्गत भागात लहान मुलांना पळवून नेणारी एक टोळी सक्रिय झाल्याची अफवा पसरली होती. त्यामुळे, साशंक गावकऱ्यांनी काही लोकांवर हल्लासुद्धा केला होता. व्हॉट्स ॲपच्या माध्यमातून

महाराष्ट्रात कोरोनाने असा धुमाकूळ घातला असतानाच ठाकरेंना आरोपीच्या पिंजऱ्यात उभं करण्याची संधी त्यांच्या विरोधकांना मिळाली, ती मुंबईलगतच्या पालघर जिल्ह्यात घडलेल्या एका घटनेने. मुंबईच्या बोरीवलीतले दोन साधू १६ एप्रिल, २०१९रोजी आपल्या गुरूच्या अंतिम संस्कारांसाठी नाशिकला जाण्यासाठी एका व्हॅनमध्ये बसले.

गावभर पसरलेल्या या अफवेपायी लोक लाठ्याकाठ्या घेऊन पहारा देत होते. त्यातच जेव्हा ती व्हॅन गडचिंचली गावाजवळून जाऊ लागली, तेव्हा ते साधू आणि गाडीचालक हे मुलं पळवणाऱ्या टोळीचे सदस्य आहेत, असं वाटून गावकऱ्यांनी गाडी थांबवून त्यांच्यावर हल्ला चढवला, त्यांना बेदम मारहाण केली. तितक्यात, पोलिसांची एक तुकडी तिथे पोहोचली. परंतु, संतप्त गावकऱ्यांनी पोलिसांनादेखील चांगलाच प्रसाद दिला. त्यांच्या नजरेसमोर गाडीतल्या त्या तिघांना गावकऱ्यांनी ठार केलं. देशभरात अशा प्रकारच्या अनेक घटना घडत होत्या. मुलांना पळवून नेणारी टोळी असल्याच्या संशयावरून कैक लोक जिवाला मुकत होते. पालघर हत्याकांडाचा व्हिडिओ पाहता पाहता देशभरात व्हायरल झाला आणि प्रचंड गदारोळ माजला. विश्व हिंदू परिषद आणि बजरंग दल या हिंदुत्ववादी संघटना तर हिरिरीने पुढे झाल्याच; पण भाजपनेसुद्धा ठाकरे सरकारला या हत्याकांडावरून कात्रीत पकडलं. साधूंची हत्या ही सांप्रदायिक कारणांवरून झाली असून, ठाकरे सरकारच्या राज्यात हिंदू साधू-संत सुरक्षित नाहीत, असाही आरोप त्यांच्यावर झाला. हे प्रकरण ठाकरे सरकारने सीआयडीकडे सोपवलं. तसंच, स्थानिक पोलीस अधीक्षक आणि अनेक पोलिसांना पदावरून हटवलं, तरीसुद्धा हे प्रकरण अनेक दिवस गाजत राहिलं. राष्ट्रीय मानवाधिकार आयोगानेदेखील महाराष्ट्र सरकारकडे या संदर्भात अहवाल मागितला.

पालघर हत्याकांडाचा व्हिडिओ पाहता पाहता देशभरात व्हायरल झाला आणि प्रचंड गदारोळ माजला. विश्व हिंदू परिषद आणि बजरंग दल या हिंदुत्ववादी संघटना तर हिरिरीने पुढे झाल्याच; पण भाजपनेसुद्धा ठाकरे सरकारला या हत्याकांडावरून कात्रीत पकडलं. साधूंची हत्या ही सांप्रदायिक कारणांवरून झाली असून, ठाकरे सरकारच्या राज्यात हिंदू साधू-संत सुरक्षित नाहीत, असाही आरोप त्यांच्यावर झाला.

सुशांत सिंह राजपूतचा मृत्यू

कोरोना काळात पालघर हत्याकांडापायी उठलेल्या गदारोळाला तोंड देत असतानाच ठाकरे सरकारच्या अडचणीत भर पाडणारी आणखी एक घटना दोन महिन्यांनी घडली. अभिनेता सुशांत सिंह राजपूत याने १४ जून, २०२० रोजी, वांद्रे इथल्या आपल्या राहत्या घरी, स्वतःला पंख्याला लटकावून घेत आत्महत्या केली. बॉलीवूडमध्ये पसरलेल्या घराणेशाहीपायी त्याने आत्महत्या केल्याची बातमी समाजमाध्यमांवर वेगाने पसरू लागली. त्याला काम मिळत नव्हतं आणि त्यापायी त्याला नैराश्य (डिप्रेशन) आलं होतं; याही बाजूने विचार करून तसा तपास करावा, असा आदेश राष्ट्रवादीचे तत्कालीन गृहमंत्री अनिल देशमुख यांनी मुंबई पोलिसांना दिला. अशातच, फेसबुकवर फिरणाऱ्या एका पोस्टने या घटनेला एक वेगळंच वळण दिलं. सुशांतने आत्महत्या केली नसून त्याची हत्या करण्यात आली असल्याचा आरोप मुंबईच्या पश्चिम उपनगरात राहणाऱ्या एका किरकोळ अभिनेत्याने केला. इतकंच नाही तर, आठवड्यापूर्वीच जिने आत्महत्या केली होती त्या दिशा सालियान या सुशांतच्या मॅनेजरच्या मृत्यूशीसुद्धा त्याच्या मृत्यूचा संबंध जोडला. दिशाचाही खून झाला असून, त्या खुनाचा साक्षीदार सुशांत असल्याने त्यालासुद्धा संपवल्याचा आरोप त्याने केला. सुशांतच्या हत्येचा आळ महाराष्ट्र सरकारच्या एका मंत्र्यावरही घेण्यात आला. समाजमाध्यमांवर व्हायरल झालेल्या या पोस्टला कुठलाही आधार नसला, तरी भाजपने हा मुद्दा लगेच उचलून धरला. बिहारमध्ये विधानसभा निवडणुका होणार होत्या आणि सुशांत सिंह बिहारी होता. स्वाभाविकतः, त्याच्या

कोरोना काळात पालघर हत्याकांडापायी उठलेल्या गदारोळाला तोंड देत असतानाच ठाकरे सरकारच्या अडचणीत भर पाडणारी आणखी एक घटना दोन महिन्यांनी घडली. अभिनेता सुशांत सिंह राजपूत याने १४ जून, २०२० रोजी, वांद्रे इथल्या आपल्या राहत्या घरी, स्वतःला पंख्याला लटकावून घेत आत्महत्या केली. बॉलीवूडमध्ये पसरलेल्या घराणेशाहीपायी त्याने आत्महत्या केल्याची बातमी समाजमाध्यमांवर वेगाने पसरू लागली.

मृत्यूला भावनिक रंग देऊन त्यावर राजकीय पोळी भाजण्याची संधी भाजपच्या हातात आयतीच आली होती. भाजप नेते नारायण राणे यांनी एक पत्रकार परिषद घेऊन समाजमाध्यमांवर फिरणाऱ्या त्या पोस्टमध्ये केलेले सगळे आरोप खरे असल्याचं जाहीर केलं. सुशांतची हत्या झाल्याची माहिती आपल्याला मिळाल्याचंही त्यांनी सांगितलं. वरिष्ठ राजकारणी, त्यात राज्याचे माजी मुख्यमंत्री असल्याने राणे यांनी केलेले आरोप सगळ्यांनीच गांभीर्याने घेतले. या मुद्द्यावर ठाकरे सरकारची गळचेपी होताना दिसून आली.

या दरम्यान सुशांतच्या वडिलांनी पाटणा पोलीसमध्ये एफआयआर दाखल केली की, सुशांतची प्रेयसी रिया चक्रवर्ती आणि तिच्या नातेवाइकांनी सुशांतला आत्महत्या करायला भाग पाडलं आहे. पाटण्याचे पोलीस चौकशीसाठी मुंबईला येऊन पोहोचले. परंतु, मुंबई पोलिसांचं कुठल्याही प्रकारचं सहकार्य त्यांना मिळालं नाही.

या दरम्यान सुशांतच्या वडिलांनी पाटणा पोलीसमध्ये एफआयआर दाखल केली की, सुशांतची प्रेयसी रिया चक्रवर्ती आणि तिच्या नातेवाइकांनी सुशांतला आत्महत्या करायला भाग पाडलं आहे. पाटण्याचे पोलीस चौकशीसाठी मुंबईला येऊन पोहोचले. परंतु, मुंबई पोलिसांचं कुठल्याही प्रकारचं सहकार्य त्यांना मिळालं नाही. पाटण्याचे सहाय्यक पोलीस आयुक्त मुंबईत आल्यावर बृहन्मुंबई महानगरपालिकेच्या (बीएमसी) अधिकाऱ्यांनी कोविडचं कारण देत, ते ज्या गेस्ट हाउसमध्ये उतरले होते तिथेच त्यांना डांबून ठेवलं. मुंबई पोलीस आणि बीएमसी ही दोन्ही खाती ठाकरे यांच्या अधीन असल्याने या प्रकरणात ठाकरे सरकार काहीतरी लपवाछपवी करत आहे, या संशयाला अधिक बळकटी आली.

दरम्यानच्या काळात, या प्रकरणाची चौकशी सीबीआयकडे सोपवण्यात आली. ठाकरे सरकारने सुप्रीम कोर्टात याचा निषेध केला. मात्र, निकाल त्यांच्या विरोधात गेला. केंद्रीय गुन्हे अन्वेषण (सीबीआय) विभागाच्या चमूने मुंबईत तब्बल दोन आठवडे मुक्काम ठोकला आणि प्रकरणाची पुन्हा कसून तपासणी केली. दोन वर्षांनंतरही, सुशांत सिंहने आत्महत्या केली नसून त्याचा खून झाला आहे, हे सीबीआय हे सिद्ध करू शकलं

नाही. परंतु, त्या कालावधीत अनेक महिने ठाकरे सरकार आरोपीच्या पिंजऱ्यात उभं होतं, हेही तितकंच खरं.

कंगना राणावत विरुद्ध शिवसेना

ठाकरे सरकारच्या ग्रहदशेत सुशांत सिंहच्या मृत्यूनंतर प्रकट झाली ती अभिनेत्री कंगना राणावत. त्याच्या मृत्युपश्चात तिने ट्विटरवरून व्हिडिओचं टीकास्त्र सोडून बॉलीवूडमधल्या घराणेशाहीबद्दल धडाकेबाज विधानं करायचा सपाटा लावला. त्यामध्ये तिने अनेक दिग्गजांची नावं घेतली. अल्पावधीतच, तिचा रोख मुंबईचे पोलीस आयुक्त परमवीर सिंह आणि मुख्यमंत्री उद्धव ठाकरे यांच्याकडे वळला. आरोपांच्या या चक्रात तिने एक दिवस मुंबईची तुलना चक्क पाकव्याप्त काश्मीरशी करत म्हटलं की, तिला मुंबईत खूप असुरक्षित वाटू लागलं आहे. तिचं हे वक्तव्य शिवसेनेला सहन झालं नाही. पक्षाचे खासदार संजय राऊत यांनी संतापाच्या भरात तिला 'हरामखोर' म्हटलं.

ठाकरे सरकारच्या ग्रहदशेत सुशांत सिंहच्या मृत्यूनंतर प्रकट झाली ती अभिनेत्री कंगना राणावत. त्याच्या मृत्युपश्चात तिने ट्विटरवरून व्हिडिओचं टीकास्त्र सोडून बॉलीवूडमधल्या घराणेशाहीबद्दल धडाकेबाज विधानं करायचा सपाटा लावला.

राऊतांनी उच्चारलेल्या या अपमानास्पद शब्दांपुरता सेनेचा संताप मर्यादित राहिला नाही. सप्टेंबरच्या एका सकाळी, बीएमसीचा एक चमू ४० मजूर आणि एक बुलडोझर घेऊन वांद्रा इथे असलेल्या कंगनाच्या 'मणिकर्णिका फिल्म्स'च्या कार्यालयात पोहोचला. ते बांधकाम बेकायदेशीर आहे असं सांगत त्यांनी धडक कारवाई सुरू केली. कारवाई थांबवण्यासाठी कंगनाचे वकील मुंबई हायकोर्टातून आवश्यक हुकूम घेऊन येण्यापूर्वीच, त्या भव्य कार्यालयाचा मोठा हिस्सा जमीनदोस्त झाला होता. न्यायालयाचा आदेश प्राप्त झाल्यावर पुढची कारवाई थांबवण्यात आली. बीएमसीमध्ये सेनेची सत्ता असल्याने कंगनावर सूड उगवण्यासाठी त्यांनी हे सगळं घडवून आणलं असंच मानलं गेलं. ज्या जलद गतीने बीएमसीने ही कारवाई केली त्याबद्दलसुद्धा प्रश्न निर्माण झाले. इतकं होऊनही,

कंगनाने समाजमाध्यमांवर ठाकरे सरकारविरुद्धची मोहीम सुरूच ठेवली.

ॲन्टिलिया प्रकरण

२६ एप्रिल, २०२१च्या संध्याकाळी, देशातल्या आघाडीच्या उद्योगपतींपैकी एक असणाऱ्या मुकेश अंबानी यांच्या दक्षिण मुंबईच्या कारमायकेल रोडवर असलेल्या निवासस्थानाजवळ स्फोटकांनी भरलेली गाडी उभी असल्याची बातमी आली. मुकेश अंबानी आणि त्यांच्या कुटुंबीयांना जिवे मारण्याची धमकी देणारं पत्रही त्या गाडीत ठेवलेलं होतं. मुंबई पोलिसांनी या प्रकरणाचा छडा लावण्याची कामगिरी तातडीने क्राइम इंटेलिजन्स युनिटच्या (सीआययू) सचिन वाझे यांच्यावर सोपवली. चोरलेल्या गाडीत स्फोटकं ठेवण्यात आली होती. त्या दरम्यान, महाराष्ट्र विधान सभेचं सत्र सुरू होतं. भाजप नेते देवेंद्र फडणवीस यांनी त्यांच्या सूत्रांनी दिलेल्या माहितीनुसार खुलासा केला की, ज्या मनसुख हिरेन नावाच्या इसमाची गाडी चोरून त्यात स्फोटकं भरण्यात आली होती तो मनसुख हा तपास अधिकारी सचिन वाझेचा मित्र होता. नक्कीच कुठेतरी पाणी मुरत होतं. फडणवीस विधानभवनात भाषण देऊन बाहेर येतच होते, तितक्यात बातमी आली की, मनसुख हिरेन याचं प्रेत मुंबईजवळ, ठाण्याच्या खाडीत सापडलं आहे. राष्ट्रीय तपास यंत्रणेने (एनआयए) तपासाची सगळी सूत्रं आपल्या हातात घेतली. तपासकार्यानंतर एनआयएने आरोप केला की, अंबानींकडून वसुली करण्याच्या इराद्याने इन्स्पेक्टर सचिन वाझे यांनीच स्फोटकांनी भरलेली गाडी त्यांच्या निवासाबाहेर उभी केली होती. मुंबई पोलिसांतर्फे त्या गुन्ह्याचा तपास करणारे हेच ते सचिन वाझे. एनआयएने केलेल्या

२६ एप्रिल, २०२१च्या संध्याकाळी, देशातल्या आघाडीच्या उद्योगपतींपैकी एक असणाऱ्या मुकेश अंबानी यांच्या दक्षिण मुंबईच्या कारमायकेल रोडवर असलेल्या निवासस्थानाजवळ स्फोटकांनी भरलेली गाडी उभी असल्याची बातमी आली. मुकेश अंबानी आणि त्यांच्या कुटुंबीयांना जिवे मारण्याची धमकी देणारं पत्रही त्या गाडीत ठेवलेलं होतं. मुंबई पोलिसांनी या प्रकरणाचा छडा लावण्याची कामगिरी तातडीने क्राइम इंटेलिजन्स युनिटच्या (सीआययू) सचिन वाझे यांच्यावर सोपवली.

चौकशीत मनसुख हिरेन आपलं पितळ उघडं करेल अशी शंका आल्यावर पूर्वाश्रमीचे बॉस आणि एन्काउंटर स्पेशालिस्ट अधिकारी प्रदीप शर्मा यांच्या मदतीने वाझे यांनी त्याचा काटा काढला, असं एनआयएचं म्हणणं होतं. प्रदीप शर्मा आणि सचिन वाझे हे दोघंही शिवसेना सदस्य होते. पोलीस सेवेतून निवृत्त झाल्यावर शर्मा यांनी शिवसेनेच्या तिकिटावर वसई-विरार इथून २०१९ची विधानसभेची निवडणूकसुद्धा लढवली होती. सचिन वाझे हे पूर्वी शर्मा यांच्या एन्काउंटर टीमचे सदस्य होते. २००४ साली, जेव्हा बॉम्बस्फोटात ख्वाजा युनुस नावाच्या एका आरोपीचा कैदेत मृत्यू झाला, तेव्हा वाझे यांना निलंबित करण्यात आलं होतं. निलंबनपश्चात वाझे यांनी पोलीस सेवेचा राजीनामा दिला होता; पण तो मंजूर झाला नाही. अशातच, ते शिवसेनेचे सदस्य झाले.

एनआयएने केलेल्या चौकशीत मनसुख हिरेन आपलं पितळ उघडं करेल अशी शंका आल्यावर पूर्वाश्रमीचे बॉस आणि एन्काउंटर स्पेशालिस्ट अधिकारी प्रदीप शर्मा यांच्या मदतीने वाझे यांनी त्याचा काटा काढला, असं एनआयएचं म्हणणं होतं. प्रदीप शर्मा आणि सचिन वाझे हे दोघंही शिवसेना सदस्य होते.

ठाकरे सरकारला घेराव घालत भाजपने अनेक गंभीर प्रश्न उभे केले. निलंबित वाझेला पुन्हा पोलीस सेवेत का घेतलं गेलं? त्यांना परत घेतल्यावर क्राइम इंटेलिजन्स युनिटसारख्या अत्यंत महत्त्वाच्या विभागाचं प्रभारी का करण्यात आलं? महत्त्वाच्या प्रत्येक गुन्ह्याचा तपास त्यांच्याकडेच का सोपवला गेला?

भाजपने अशा प्रकारे कोंडीत पकडल्यावर मुंबई पोलीस आयुक्त परमवीर सिंह आपली दिशाभूल करत असल्याचं कारण देत ठाकरे सरकारचे गृहमंत्री अनिल देशमुख यांनी त्यांना पदावरून हटवलं. देशमुखांच्या शब्दांनी संतापलेल्या सिंह यांनी मुख्यमंत्री ठाकरे आणि राज्यपाल कोश्यारी यांना असं काही खरमरीत पत्र लिहिलं की, सगळ्यांची बोलती बंद झाली. देशमुख हे वाझे यांना आपल्या बंगल्यावर बोलवत आणि दर महिन्याला मुंबईची हॉटेलं, बार आणि इतर व्यावसायिकांकडून १०० कोटी रुपयांची वसुली करून आणायला

लावत, असा आरोप त्यांनी त्या पत्रातून केला. सिंह यांनी केलेल्या या आरोपानंतर देशमुखांना मंत्रिपद सोडावं लागलं. परमवीर सिंह यांच्यावर किमान अर्धा डझन आरोप केले गेले आणि त्यांना पोलीस सेवेतून निलंबित करण्यात आलं. या प्रकरणात ठाकरे सरकारचा विद्रूप चेहरा समोर आला.

भाजपने अशा प्रकारे कोंडीत पकडल्यावर मुंबई पोलीस आयुक्त परमवीर सिंह आपली दिशाभूल करत असल्याचं कारण देत ठाकरे सरकारचे गृहमंत्री अनिल देशमुख यांनी त्यांना पदावरून हटवलं. देशमुखांच्या शब्दांनी संतापलेल्या सिंह यांनी मुख्यमंत्री ठाकरे आणि राज्यपाल कोश्यारी यांना असं काही खरमरीत पत्र लिहिलं की, सगळ्यांची बोलती बंद झाली.

तपास एजन्सींचा राजकीय वापर केल्याचा आरोप

सक्तवसुली संचालनालयाने (ईडी) १ नोव्हेंबर, २०२१ रोजी मनी लॉन्ड्रिंगच्या आरोपाखाली अनिल देशमुख यांना अटक केली. बनावट कंपन्यांच्या साहाय्याने आपल्या ट्रस्टपर्यंत काळा पैसा पोहोचवल्याचा आरोप त्यांच्यावर होता. परमवीर सिंह यांनी केलेल्या वसुलीच्या आरोपांच्या आधारे सीबीआयने देशमुख यांना अटक केली.

अनिल देशमुख हे केंद्रीय तपास यंत्रणेकडून अटक होणारे महाविकास आघाडीचे पहिलेच नेते होते. मात्र, यानंतर महाविकास आघाडीच्या नेत्यांची एक-एक प्रकरणं चव्हाट्यावर आणण्याची मालिका सुरू झाली. देशमुख यांच्या पाठोपाठ अल्पसंख्याक विकासमंत्री नबाब मलिक यांचा क्रमांक लागला. ईडीच्या एका टीमने २३ फेब्रुवारी, २०२२ रोजी केंद्र पोलीस गटाबरोबर, मलिक यांच्या कुर्ला इथल्या निवासस्थानातून पकडून, दक्षिण मुंबईच्या पोलीस कार्यालयात नेलं. अंडरवर्ल्ड डॉन दाऊद इब्राहीमच्या हस्तकांकरवी अवैध मार्गाने जमीन खरेदीचा आरोप त्यांच्यावर करण्यात आला होता.

ईडीच्या पकडीत फक्त राष्ट्रवादीचे हे दोन नेते नव्हते. शिवसेनेच्याही कैक नेत्यांची झोप ईडीने उडवली होती. ठाकरे सरकारचे परिवहनमंत्री अनिल परब, खासदार संजय राऊत, आमदार प्रताप सरनाईक आणि आमदार यामिनी जाधव यांच्याविरुद्ध खटले दाखल करून ईडीने

ईडीच्या पकडीत फक्त राष्ट्रवादीचे हे दोन नेते नव्हते. शिवसेनेच्याही कैक नेत्यांची झोप ईडीने उडवली होती. ठाकरे सरकारचे परिवहनमंत्री अनिल परब, खासदार संजय राऊत, आमदार प्रताप सरनाईक आणि आमदार यामिनी जाधव यांच्याविरुद्ध खटले दाखल करून ईडीने चौकशीसाठी त्यांच्याविरुद्ध समन्स बजावले होते.

चौकशीसाठी त्यांच्याविरुद्ध समन्स बजावले होते. बृहन्मुंबई महानगरपालिकेच्या स्थायी समितीचे अध्यक्ष यशवंत जाधव यांच्या घरावर इन्कमटॅक्स विभागाने छापा मारला, कैक दिवस कारवाई सुरू राहिली. उद्धव यांचे जवळचे आमदार रवींद्र वाईकर यांना बोलावून ईडीने त्यांची कैक तास चौकशी केली.

केंद्रीय तपास यंत्रणेचा दुरुपयोग करून महाविकास आघाडीविरुद्ध विविध खटले दाखल करत भाजप त्यांना सत्तेवरून खाली खेचण्याचा प्रयत्न करत असल्याचा आरोप शिवसेना आणि राष्ट्रवादी यांनी केला. ईडीकडून केल्या जाणाऱ्या कारवाईपायी ठाण्याचे शिवसेना आमदार प्रताप सरनाईक इतके त्रस्त झाले की, त्यांनी मुख्यमंत्री उद्धव ठाकरे यांना खुल्या पत्राद्वारे, केंद्रीय संस्थांची कारवाई आपल्याला असह्य होत असल्याचं आणि ती थांबवण्यासाठी भाजपशी नातं सुधरवणं गरजेचं असून, पुन्हा दोघांनी युती करणं आवश्यक असल्याचं कळवलं.

भाजप हे केंद्रीय तपास यंत्रणेचा दुरुपयोग करत असल्याचा आरोप महाविकास आघाडीचे सदस्य पक्ष करत असतानाच, भाजपने आरोप केला की, आघाडी सरकार आपल्या विरोधकांना दाबण्यासाठी मुंबई पोलिसांचा वापर करत आहे. महाविकास आघाडीच्या नेत्यांवर भ्रष्टाचाराचा आरोप करणाऱ्यांमध्ये किरीट सोमय्या अग्रणी होते.

भाजप हे केंद्रीय तपास यंत्रणेचा दुरुपयोग करत असल्याचा आरोप महाविकास आघाडीचे सदस्य पक्ष करत असतानाच, भाजपने आरोप केला की, आघाडी सरकार आपल्या विरोधकांना दाबण्यासाठी मुंबई पोलिसांचा वापर करत आहे. महाविकास आघाडीच्या नेत्यांवर भ्रष्टाचाराचा आरोप करणाऱ्यांमध्ये किरीट सोमय्या अग्रणी होते. सरकारी कागदपत्रांचा हवाला देऊन त्यांनी शिवसेनेचे अनिल परब आणि संजय राऊत यांच्याविरुद्ध अवैध व्यवहारांचे अनेक

गंभीर आरोप केले. सोमय्या यांनी आरोपांची अशी सरबत्ती केल्यावर शिवसैनिकांनी त्यांच्यावर हल्ले केले. त्यानंतर, सोमय्या यांना केंद्रीय राखीव पोलीस बलाच्या कमांडोंची सुरक्षा देण्यात आली.

एक दिवस संजय राऊत यांनी त्यांच्यावर प्रत्यारोप करत म्हटलं की, 'विक्रांत वाचवा' मोहिमेदरम्यान किरीट सोमय्या आणि त्यांचा मुलगा नील या दोघांनी अतोनात माया जमवली असून, त्याचा विनियोग पक्षासाठी केला आहे. नोव्हेंबर २०१४मध्ये, सेवाकाल समाप्त झाल्यावर भारतीय नौसेनेची विमानवाहक नौका 'आयएनएस विक्रांत' भंगारमध्ये काढण्यात येणार होती. तशी ती काढली जाऊ नये म्हणून एक मोहीम राबवण्यात आली होती. सोमय्या यांनी मोहिमेंतर्गत जमा झालेल्या ५७ कोटी रुपयांचा घोटाळा केल्याचा आरोप राऊत यांनी केला.

ही रक्कम राजभवनात जमा केली जाईल, असं सोमय्या यांनी सांगितलं होतं. पण, त्यांनी ती भाजपला दिली आणि पक्षाने ती निवडणुकीत वापरली, असा आरोप राऊत यांनी केला. या आरोपापाठोपाठ, एका माजी सैनिकाने केलेल्या तक्रारीवरून सोमय्या आणि त्यांचा मुलगा नील यांच्याविरुद्ध ट्रॉम्बे पोलिसांनी फसवणुकीचा गुन्हा दाखल केला. अटकपूर्व जामीन मिळावा म्हणून अर्ज करताना त्यांच्या वकिलांनी युक्तिवाद केला की, त्या योजनेमध्ये ५७ कोटी नव्हे, तर केवळ ११ हजार रुपये जमा झाले होते. ती योजना पक्षाकडून राबवली गेली असल्याने गोळा झालेली रक्कमही पक्षाकडे जमा केल्याचं त्यांनी सांगितलं. सेशन्स कोर्टाने किरीट सोमय्या आणि त्यांचे पुत्र नील यांचा जामीन अर्ज फेटाळला, तरी मुंबई हायकोर्टाने तो मान्य केला आणि त्यांना जामीन मिळाला.

भाजपची साथ सोडून काँग्रेस आणि राष्ट्रवादी यांच्या जोडीने सरकार स्थापन केल्यापासून शिवसेना हिंदुत्वापासून भरकटली आहे, पूर्वीची बाळासाहेब ठाकरे यांची भगवी सेना राहिली नाही, असे आरोप भाजपकडून सातत्याने होत होते. एप्रिल २०२२मध्ये मनसेप्रमुख राज ठाकरे यांनीसुद्धा भाजपची री ओढली.

हनुमान चालिसाच्या निमित्ताने शिवसेनेच्या हिंदुत्वावर प्रश्नचिन्ह

भाजपची साथ सोडून काँग्रेस आणि राष्ट्रवादी यांच्या जोडीने सरकार स्थापन केल्यापासून शिवसेना हिंदुत्वापासून भरकटली आहे, पूर्वीची बाळासाहेब ठाकरे यांची भगवी सेना राहिली नाही, असे आरोप भाजपकडून सातत्याने होत होते. एप्रिल २०२२मध्ये मनसेप्रमुख राज ठाकरे यांनीसुद्धा भाजपची री ओढली. तसंही, २००६मध्ये राज ठाकरे यांनी शिवसेनेपासून वेगळं होत आपला स्वतंत्र पक्ष स्थापन केल्यापासून मराठीवाद आणि परप्रांतीयांना विरोध हे दोन मुद्दे लावून धरले होते; परंतु त्या मुद्द्यांच्या आधारे त्यांना फार काळ सत्ता टिकवता आली नाही. विधानसभेच्या २०१४ आणि २०१९च्या निवडणुकांमध्ये त्यांना एकही जागा जिंकता आली नव्हती. परिणामी, जानेवारी २०२२मध्ये त्यांनी हिंदुत्वाचा मुद्दा उचलून धरला. पक्षाचा चौरंगी झेंडा बदलून त्याऐवजी भगव्या झेंड्याचा स्वीकार केला. शिवसेनेची हिंदुत्वाच्या मुद्द्यावरची पकड ढिली होत असल्याचं पाहून राज ठाकरेंना संधी साधली. आपला हिंदुत्वाचा मुद्दा पुढे करण्यासाठी राज ठाकरेंनी मशिदींमध्ये लाउडस्पीकरवर दिल्या जाणाऱ्या अझानविरुद्ध मोहीम उघडली. लाउडस्पीकरमुळे ध्वनिप्रदूषण होत असल्याचं त्यांचं म्हणणं होतं. सर्व मशिदींमधले लाउडस्पीकर्स ४ मे, २०२२पर्यंत हटवले गेले नाहीत, तर त्यांचे कार्यकर्ते मशिदींसमोर लाउडस्पीकरवर हनुमान चालीसा लावतील असा निर्वाणीचा इशारा त्यांनी दिला. राज ठाकरे यांच्या या घोषणेने राज्यभर सांप्रदायिक हिंसेचा धोका निर्माण झाला. पोलिसांनी राज ठाकरे आणि कैक मनसे कार्यकर्त्यांविरुद्ध गुन्हे दाखल केले. राज ठाकरे यांनी ५ जून, २०२२ रोजी अयोध्येला जाण्याचा निर्णय जाहीर केला. परंतु, जोवर उत्तर

शिवसेनेची हिंदुत्वाच्या मुद्द्यावरची पकड ढिली होत असल्याचं पाहून राज ठाकरेंना संधी साधली. आपला हिंदुत्वाचा मुद्दा पुढे करण्यासाठी राज ठाकरेंनी मशिदींमध्ये लाउडस्पीकरवर दिल्या जाणाऱ्या अझानविरुद्ध मोहीम उघडली. लाउडस्पीकरमुळे ध्वनिप्रदूषण होत असल्याचं त्यांचं म्हणणं होतं.

भारतीयांबाबत राज ठाकरे यांच्या पक्षाने केलेल्या हिंसाचाराबद्दल ते स्वतः माफी मागत नाहीत तोवर त्यांना अयोध्येत पाऊल ठेवू दिलं जाणार नाही, असा पवित्रा स्थानिक भाजप सदस्य ब्रिजभूषण शरण सिंह यांनी घेतला. आपल्या कार्यकर्त्यांना गुन्ह्यांत फसवण्याची ही चाल असल्यामुळे आपण आपला अयोध्या दौराच रद्द करत आहोत, असं राज ठाकरे यांनी सांगितलं.

इकडे हनुमान चालिसाच्या मुद्द्यापायी उद्धव ठाकरे चांगलेच कात्रीत सापडले. लोकांना हनुमान चालीसा पठण करण्यापासून थांबवलं, तर हिंदुविरोधी आणि थांबवलं नाही, तर राष्ट्रवादी आणि काँग्रेसची नाराजी, अशी त्यांची द्विधावस्था झाली. अशातच, अमरावतीच्या अपक्ष खासदार नवनीत राणा आणि त्यांचे पती, अपक्ष आमदार रवी राणा यांनीही या वादात उडी घेतली. 'मातोश्री'बाहेर उभं राहून आपण हनुमान चालिसाचं पठण करणार असल्याचं त्यांनी जाहीर केलं. ती दोघं अमरावतीहून मुंबईला येणार असल्याची चाहूल लागताच शिवसैनिक मोठ्या संख्येने मातोश्रीबाहेर आणि राणा दाम्पत्याच्या खार इथल्या घराबाहेर जमा झाले. राणा दाम्पत्याने आपल्या घरीच पत्रकार परिषद घेऊन त्यात जी काही विधानं केली त्या आधारे मुंबई पोलिसांनी त्यांच्यावर राजद्रोहाचा गुन्हा दाखल करत त्यांची तुरुंगात रवानगी केली. या घटनेनंतर, सेनेची प्रतिमा हिंदु- विरोधी होऊ नये म्हणून आदित्य ठाकरे १५ जून, २०२२ रोजी रामाच्या दर्शनासाठी आणि शरयू नदीच्या आरतीसाठी अयोध्येला रवाना झाले. शिवसेनेने हिंदुत्व मुद्द्याचा त्याग केलेला नाही, हे सिद्ध करायला मुख्यमंत्रीपद प्राप्त झाल्यावर उद्धव ठाकरेसुद्धा अयोध्येला रामाच्या दर्शनासाठी जाऊन आले होते.

इकडे हनुमान चालिसाच्या मुद्द्यापायी उद्धव ठाकरे चांगलेच कात्रीत सापडले. लोकांना हनुमान चालीसा पठण करण्यापासून थांबवलं, तर हिंदुविरोधी आणि थांबवलं नाही, तर राष्ट्रवादी आणि काँग्रेसची नाराजी, अशी त्यांची द्विधावस्था झाली. अशातच, अमरावतीच्या अपक्ष खासदार नवनीत राणा आणि त्यांचे पती, अपक्ष आमदार रवी राणा यांनीही या वादात उडी घेतली.

राज्यपालांशी कडवटपणा

मुख्यमंत्री झाल्यापासून उद्धव ठाकरे आणि राज्यपाल कोश्यारी यांच्या नात्यात कडवटपणा आलेला दिसत होता. राष्ट्रीय स्वयंसेवक संघाच्या माध्यमातून सार्वजनिक जीवनात प्रवेश करणारे कोश्यारी उत्तराखंडचे माजी मुख्यमंत्री आणि २०१९ सालपर्यंत नैनिताल-उधमसिंहनगरचे भाजपचे खासदारदेखील होते.

महाराष्ट्र विधिमंडळाच्या वरच्या सभागृहात, म्हणजे विधान परिषदेत, बारा सदस्यांना नामांकित करण्याची वेळ आली, तेव्हा ठाकरे सरकार आणि राज्यपाल कोश्यारी यांच्यातला संघर्ष पहिल्यांदाच अधोरेखित झाला. संविधानाच्या कलम १७१नुसार, सरकारच्या शिफारशीवरून राज्यपाल आपल्या कोट्यातून साहित्य, विज्ञान, कला, सहकार आणि सामाजिक कार्य या क्षेत्रातल्या बारा लोकांना नामांकित करू शकतात.

ठाकरे सरकार आणि राज्यपाल कोश्यारी यांच्यातला संघर्ष पहिल्यांदाच अधोरेखित झाला. संविधानाच्या कलम १७१नुसार, सरकारच्या शिफारशीवरून राज्यपाल आपल्या कोट्यातून साहित्य, विज्ञान, कला, सहकार आणि सामाजिक कार्य या क्षेत्रातल्या बारा लोकांना नामांकित करू शकतात.

या कोट्याला अनुसरून तिन्ही सत्ताधारी पक्षांनी त्यांच्या प्रत्येकी चार उमेदवारांची नावं राज्यपालांकडे पाठवली. शिवसेनेने पाठवलेल्या नावांमध्ये उर्मिला मातोंडकर या सिने अभिनेत्रीचं नाव होतं. राज्यपालांना पुन्हा पुन्हा स्मरण देऊनसुद्धा त्यांनी या बारा नावांच्या यादीवर कुठलाही निर्णय घेतला नाही. राज्यपालपदावर बसलेल्या व्यक्तीने राजकारणापासून दूर राहण्याचा संकेत असताना, कोश्यारी मात्र तिथे बसून राजकारण करत आहेत, असा आरोप सत्ताधारी पक्षांनी त्यांच्यावर केला. कोश्यारी त्यांच्या आवडीचं सरकार सत्तारूढ होण्याची वाट पाहत असल्याने सद्यः सरकारने पाठवलेल्या नावांवर ते कुठलाही निर्णय घेत नसल्याचं 'सामना'मध्ये लिहिलं होतं. कोश्यारी यांची वागणूक पक्षपाती आणि संविधानाला सोडून असल्याचा आरोप शरद पवार यांनी केला.

विधान सभा प्रवक्त्याच्या निवडणुकीच्या मुद्द्यावरूनसुद्धा ठाकरे सरकार आणि राज्यपाल कोश्यारी यांच्यात संघर्ष झाला. काँग्रेसच्या नाना पटोले यांनी २०२१च्या मध्यावर प्रवक्तेपदाचा राजीनामा दिल्यापासून ते पद रिकामं पडलं होतं. ठाकरे सरकारने नियमांत बदल करून सांगितलं की, प्रवक्तापदाची निवडणूक ही गुप्त मतदानाऐवजी उघडपणे व्हावी, तसंच मुख्यमंत्र्यांच्या शिफारशीनुसार राज्यपालांनी निवडणुकीची तारीख जाहीर करावी. या बदलांविरुद्ध भाजपने न्यायालयात धाव घेतली. अशातच, ठाकरे सरकारने राज्यपाल कोश्यारी यांना सुचवलं की, १६ मार्च, २०२२ रोजी प्रवक्तापदाची निवडणूक घेण्यात यावी. हा मुद्दा न्यायप्रविष्ट आहे, असं सांगत कोश्यारी यांनी सरकारची सूचना फेटाळून लावली.

विधान सभा प्रवक्त्याच्या निवडणुकीच्या मुद्द्यावरूनसुद्धा ठाकरे सरकार आणि राज्यपाल कोश्यारी यांच्यात संघर्ष झाला. काँग्रेसच्या नाना पटोले यांनी २०२१च्या मध्यावर प्रवक्तेपदाचा राजीनामा दिल्यापासून ते पद रिकामं पडलं होतं. ठाकरे सरकारने नियमांत बदल करून सांगितलं की, प्रवक्तापदाची निवडणूक ही गुप्त मतदानाऐवजी उघडपणे व्हावी, तसंच मुख्यमंत्र्यांच्या शिफारशीनुसार राज्यपालांनी निवडणुकीची तारीख जाहीर करावी.

धोक्याची घंटा!

अडीच वर्षं प्रचंड गदारोळाला तोंड देणाऱ्या ठाकरे सरकारसमोर, जून २०२२मध्ये भलताच नाजूक पेचप्रसंग उद्‌भवला. राज्यसभेच्या पाच जागांसाठी १० जून रोजी, तर विधान परिषदेच्या दहा जागांसाठी २० जून रोजी निवडणुका होणार होत्या. या दोन्ही निवडणुकांत विधानसभेचे उमेदवार मतदान करतात. राज्यसभेची निवडणूक ही गुप्त नसते. मतदाराने कुणाला मत दिलं आहे हे सांगण्यासाठी त्याला त्याच्या मताची चिठ्ठी पक्ष प्रतिनिधीला दाखवावी लागते. विधान परिषदेची निवडणूक मात्र गुप्त पद्धतीने होते.

राज्यसभेच्या सहा जागांसाठी १० जून रोजी निवडणूक झाली. विधानसभेतील संख्याबळ पाहता भाजपला दोन जागा, शिवसेनेला

एक, राष्ट्रवादीला एक आणि काँग्रेसला एक जागा सहजच मिळाली असती. परंतु, सहाव्या जागेचा प्रश्न होता. या जागेसाठी भाजप आणि शिवसेना या दोन्ही पक्षांनी आपापले उमेदवार रिंगणात उतरवले होते. निकाल आला तेव्हा शिवसेनेला चांगलाच झटका बसला. शिवसेना उमेदवार संजय पवार यांना भाजप उमेदवार धनंजय महाडिक यांनी धूळ चारली होती. पवारांना ३३ तर महाडिक यांना ४१ मतं मिळाली. सत्तेत असूनही शिवसेना आपल्या उमेदवाराला निवडून आणू शकली नाही. तिच्यासाठी ही नक्कीच चिंतनीय बाब होती. प्रत्यक्षात, ज्या अनेक लहान पक्षांनी आणि अपक्ष उमेदवारांनी २०१९मध्ये ठाकरे सरकारला समर्थन दिलं होतं, त्यापैकी अनेकांनी या निवडणुकीत भाजपच्या उमेदवाराला आपलं मत दिलं. ठाकरे सरकारसाठी ही धोक्याची पहिली घंटा होती.

अडीच वर्षं प्रचंड गदारोळाला तोंड देणाऱ्या ठाकरे सरकारसमोर, जून २०२२मध्ये भलताच नाजूक पेचप्रसंग उद्भवला. राज्यसभेच्या पाच जागांसाठी १० जून रोजी, तर विधान परिषदेच्या दहा जागांसाठी २० जून रोजी निवडणुका होणार होत्या. या दोन्ही निवडणुकांत विधानसभेचे उमेदवार मतदान करतात.

त्यानंतर दहाच दिवसांनी, म्हणजे २० जून, २०२२ रोजी, विधान परिषदेच्या दहा जागांसाठी निवडणूक झाली. भाजपने आपले पाच उमेदवार रिंगणात उतरवले; तर शिवसेना, काँग्रेस आणि राष्ट्रवादीने प्रत्येकी दोन-दोन उमेदवार उभे केले. एकूण दहा जागांसाठी ११ उमेदवार होते. निकाल हाती आल्यावर महाविकास आघाडीला चांगलाच धक्का बसला; कारण भाजपचे पाचही उमेदवार जिंकले होते. ज्या दहाव्या जागेसाठी चुरस होती, ती भाजपला मिळाली. काँग्रेस उमेदवार चंद्रकांत हंडोरे पराजित झाले. भाजपला हा विजय क्रॉस

दहाच दिवसांनी, म्हणजे २० जून, २०२२ रोजी, विधान परिषदेच्या दहा जागांसाठी निवडणूक झाली. भाजपने आपले पाच उमेदवार रिंगणात उतरवले; तर शिवसेना, काँग्रेस आणि राष्ट्रवादीने प्रत्येकी दोन-दोन उमेदवार उभे केले. एकूण दहा जागांसाठी ११ उमेदवार होते.

व्होटिंगमुळे मिळाला. महाविकास आघाडीला समर्थन देणाऱ्या अपक्ष आमदारांनी तर भाजपच्या पारड्यात आपलं मत टाकलंच, शिवाय काँग्रेस आणि शिवसेना यांच्याकडूनसुद्धा भाजप उमेदवाराला काही मतं मिळाली. हा पराजय महाविकास आघाडीच्या पचनी पडण्यापूर्वीच त्यांच्यासमोर एक भीषण संकट 'आ' वासून उभं होतं. त्यांच्या सरकारचं अस्तित्व धोक्यात आलं होतं.

◆

३

योगदिनी राजयोगाकडे

२१ जूनच्या सकाळी, संपूर्ण जगभरात योगदिन साजरा होत होता. मुंबईच्या मरीन ड्राइव्हवर, समुद्रकिनारी, शेकडो लोकांनी योगासनं केली. तिथून जवळ असलेल्या राजभवनात राज्यपाल भगत सिंह कोश्यारीसुद्धा आंतरराष्ट्रीय विद्यार्थ्यांसमवेत योगदिन साजरा करत होते. योगाभ्यासाने ताणतणावापासून सुटका होऊन स्वस्थता आणि मनःशांती लाभते असं म्हणतात.... मात्र, त्या दिवशी, एक व्यक्ती अस्वस्थ होती. राजभवनापासून दीड किलोमीटर अंतरावरच्या 'वर्षा' बंगल्यात मुख्यमंत्री उद्धव ठाकरे बेचैन होते. आदल्या संध्याकाळी महाविकास आघाडीच्या उमेदवारांचा पराभव आणि पक्षाच्या काही आमदारांनी केलेल्या क्रॉस व्होटिंगमुळे ते विद्ध होतेच, शिवाय एका मोठ्या संकटाची चाहूल त्यांना लागली होती. शिवसेनेत 'नंबर दोन' मानले जाणारे विधानसभा आमदार गट नेते एकनाथ शिंदे यांच्याशी संपर्क होऊ शकत नव्हता. सेनेचे आणखी काही आमदार गायब झाले होते. उद्धव आणि त्यांच्या निकटवर्तीयांना कटकारस्थानाचा वास येत होता.

आदल्या रात्री ठाकरे शिंदेंशी शेवटचं बोलले होते. शिंदे विधानभवनातून अचानक निघून गेल्यावर कुणीतरी ठाकरेंपर्यंत बातमी पोहोचवली होती. उद्धव यांनी लगेच शिंदेंना फोन करून विचारलं, "कुठे निघालात?"

शिंदेंनी चिडून म्हटलं, "कल्पना नाही!"

"परत कधी याल?"

"कल्पना नाही!" असं त्रोटक उत्तर देत त्यांनी फोन बंद केला.

दुसऱ्या दिवशी, सकाळी साधारण ८च्या सुमारास, एबीपी न्यूजवर

झळकलेल्या बातमीने उद्धव यांची भीती खरी ठरली. रौनक कुकडे यांनी दिलेल्या बातमीनुसार, १७ ते १८ आमदारांना घेऊन एकनाथ शिंदे गुजरातला रवाना झाले होते. उद्धव ठाकरे यांचं सरकार अल्पमतात येऊ शकत असल्याने, संकटात सापडलं होतं. शिंदेंची शेवटची भेट रौनकशीच झाली होती. विधान सभा उपाध्यक्षाच्या केबिनबाहेर रौनक त्यांना भेटले होते. शिंदेंच्या चेहऱ्यावर ताण दिसून येत होता.

रौनकने विचारलं, ''काही भानगड झाली आहे का?''

''नाही! सारं काही सीएम करत आहेत. त्यांना समजते ना सगळी रणनीती! जाऊन विचारा त्यांनाच!'

शिंदेंचा चेहरा क्रोधातिरेकाने लाल झाला होता.

शिंदे यांनी उत्तर देण्यापूर्वी काही अपक्ष आमदारांचे सचिव त्यांना बोलवायला आले. ते सर्व आमदार जवळच्या एका खोलीत एकत्र बसले होते. शिंदे त्यांना जाऊन भेटले. त्यानंतर थोड्या वेळाने, त्या सर्वांना घेऊन ते त्यांच्या मलबार हिलवरच्या 'नंदनवन' या सरकारी निवासात जायला निघाले.

''इतके नाराज तर तुम्ही कधी दिसला नव्हता. झालं काय?''

शिंदे यांनी उत्तर देण्यापूर्वी काही अपक्ष आमदारांचे सचिव त्यांना बोलवायला आले. ते सर्व आमदार जवळच्या एका खोलीत एकत्र बसले होते. शिंदे त्यांना जाऊन भेटले. त्यानंतर थोड्या वेळाने, त्या सर्वांना घेऊन ते त्यांच्या मलबार हिलवरच्या 'नंदनवन' या सरकारी निवासात जायला निघाले.

शिंदे यांना इतकं संतापलेलं रौनकने कधीच पाहिलं नव्हतं. मितभाषी शिंदे शांत असत; पण त्या संध्याकाळी त्यांच्या चेहऱ्यावरचे भाव काही वेगळेच होते. विधानभवनातच थांबून शिंदेंच्या रागाचं कारण जाणण्याचा रौनकने प्रयत्न केला. थोड्या वेळातच त्यांना ते कारण समजलं.

उद्धव यांनी आपल्या कार्यालयातल्या आतल्या कक्षात (ॲन्टी चेम्बर) एक मीटिंग बोलावली होती, ज्याला खासदार अनिल देसाई, मंत्री अनिल परब आणि युवा सेना सचिव वरुण सरदेसाई हजर होते. शिवसेनेच्या सर्व आमदारांना एक एक करत आत बोलावलं जात होतं. मतदान कोणत्या पद्धतीने करायचं या संदर्भात चिठ्ठी दिली जात होती.

> **उद्धव यांनी आपल्या कार्यालयातल्या आतल्या कक्षात (ॲन्टी चेम्बर) एक मीटिंग बोलावली होती, ज्याला खासदार अनिल देसाई, मंत्री अनिल परब आणि युवा सेना सचिव वरुण सरदेसाई हजर होते. शिवसेनेच्या सर्व आमदारांना एक एक करत आत बोलावलं जात होतं. मतदान कोणत्या पद्धतीने करायचं या संदर्भात चिठ्ठी दिली जात होती.**

विधान परिषद निवडणुकीसंदर्भात घेतलेल्या या महत्त्वाच्या मीटिंगमधून एकनाथ शिंदेंना वगळण्यात आलं होतं. दोन दिवसांपूर्वीच एकनाथ शिंदे यांचं आदित्य ठाकरे आणि संजय राऊत यांच्याशी पवईच्या हॉटेल रेनेसाँमध्ये वाजलं होतं. विधानपरिषद निवडणुकांत सेनेच्या संख्याबळामुळे मिळणारी अधिकची मतं काँग्रेसच्या उमेदवारांना देण्याची आदित्य आणि राऊत यांची इच्छा होती; पण एकनाथ शिंदे त्या विचाराशी असहमत होते. कदाचित, त्या दिवशी झालेल्या भांडणामुळेच एकनाथ शिंदे यांना या मीटिंगमधून वगळण्यात आलं असावं. शिवसेनेच्या आमदार गटाचे नेते आणि पक्षाचे एक प्रमुख सदस्य असणाऱ्या शिंदे यांना मीटिंगबाहेर ठेवण्यात आलं होतं. उद्धव यांनी त्यांचं एक अंतर्गत वर्तुळ तयार केलं असून, त्यात आपल्याला स्थान नाही, हे शिंदे जाणून होते. तरीसुद्धा, इतक्या महत्त्वाच्या मीटिंगमधून वगळलं जाणं हे शिंदेंसाठी त्यांच्यावरच्या अविश्वासावर शिक्कामोर्तब केल्यागत आणि अपमानास्पदही होतं. त्यांच्याहून अधिकाराने, वयाने, ज्येष्ठत्वाने लहान असणाऱ्या लोकांना उद्धव सन्मान देत होते; पण त्यांना मात्र उपेक्षित ठेवत होते. पाणी अगदी डोक्यावर पोहोचलं होतं. सहन करण्याचीसुद्धा एक हद्द असते. आणखी अपमान सहन करायला एकनाथ शिंदे आता तयार नव्हते. कठोर निर्णय घेण्यासाठी त्यांनी मनाची तयारी केली होती. या कठोर निर्णयात त्यांना साथ देण्याची आणि भविष्यात त्यांच्याबरोबर राहण्याची खात्री त्यांना काही लोकांनी दिली होती. त्याच भरवशावर शिंदे सुरतेकडे रवाना झाले...

शिंदे आपल्यासमवेत १८-२० नाही, तर तब्बल ३० आमदार घेऊन सुरतेला गेल्याची बातमी येऊन पोहोचली. यात सेनेच्या आमदारांसमवेत अपक्ष आमदार आणि शंभुराज देसाई, अब्दुल सत्तार आणि संदीपन भुमरे हे तीन मंत्रीसुद्धा होते. सुरतच्या डूमस रोडवर ली

मेरिडियन या १७० खोल्यांच्या सप्त-तारांकित हॉटेलमध्ये त्या सर्वांनी मुक्काम ठोकला. हॉटेलबाहेर, २०० मीटरच्या परिसरात गुजरात पोलिसांचा सक्त पहारा होता. हॉटेलच्या आत-बाहेर, शंभरहून अधिक पोलीस तैनात होते. बातमी मिळताच सुरतचे स्थानिक पत्रकार ताबडतोब तिथे येऊन पोहोचले. मुंबईहून सर्व प्रसारमाध्यमांच्या टीम डेरेदाखल झाल्या. परंतु, पोलिसांनी कुणालाही आत प्रवेश करू दिला नाही.

शिंदे आपल्यासमवेत १८-२० नाही, तर तब्बल ३० आमदार घेऊन सुरतेला गेल्याची बातमी येऊन पोहोचली. यात सेनेच्या आमदारांसमवेत अपक्ष आमदार आणि शंभुराज देसाई, अब्दुल सत्तार आणि संदीपन भुमरे हे तीन मंत्रीसुद्धा होते. सुरतच्या डूमस रोडवर ली मेरिडियन या १७० खोल्यांच्या सप्त-तारांकित हॉटेलमध्ये त्या सर्वांनी मुक्काम ठोकला. हॉटेलबाहेर, २०० मीटरच्या परिसरात गुजरात पोलिसांचा सक्त पहारा होता.

भाजपचे आमदार संजय कुटे त्या आमदारांना भेटायला हॉटेलमध्ये पोहोचले. गुजरात भाजप प्रदेशाध्यक्ष सी. आर. पाटीलसुद्धा एकनाथ शिंदे यांना भेटायला हॉटेलमध्ये पोहोचले होते. बातमी फुटण्यापूर्वीच ते ताबडतोब अहमदाबादला रवाना झाले. सुरत महानगरपालिकेने आयोजित केलेल्या योगदिनाच्या ज्या कार्यक्रमासाठी ते आले होते, त्यालादेखील ते उपस्थित राहिले नाहीत. महाराष्ट्रातून आलेल्या पाहुण्यांची आवभगत करण्याची जबाबदारी सुरत भाजपच्या त्यांच्या निकटवर्तीयांवर सोपवून सी.आर. पाटील निघून गेले. पाटील आणि शिंदे यांची त्या सकाळी भेट झाली होती या गोष्टीला कुणीही दुजोरा दिला नाही. एकनाथ शिंदे आणि बंडखोर नेत्यांशी बोलणी करण्याचं काम भाजपचे महासचिव सी.टी. रवी आणि केंद्रीय मंत्री भूपेंद्र यादव यांच्यावर सोपवण्यात आलं आहे, अशी बातमी काही

आमदारांच्या सोबतीने शिंदे सुरतेला पोहोचल्याची बातमी समजताच शिवसेनेत खळबळ माजली. एका वेळेस इतके आमदार सुरतेला जाण्याने सरकारला धोका निर्माण होऊ शकत होता. त्यांना परत बोलावण्यासाठी ठाकरेंनी सामदामचा मार्ग अवलंबण्याचा निर्णय घेतला. त्यांनी त्वरित 'वर्षा'वर बैठक बोलावली.

पत्रकारांना भाजपच्या सूत्रांकडून मिळाली.

आमदारांच्या सोबतीने शिंदे सुरतेला पोहोचल्याची बातमी समजताच शिवसेनेत खळबळ माजली. एका वेळेस इतके आमदार सुरतेला जाण्याने सरकारला धोका निर्माण होऊ शकत होता. त्यांना परत बोलावण्यासाठी ठाकरेंनी साम-दामचा मार्ग अवलंबण्याचा निर्णय घेतला. त्यांनी त्वरित 'वर्षा'वर बैठक बोलावली. या बैठकीमध्ये एकनाथ शिंदेंना शिवसेना आमदार गटनेते पदावरून हटवून त्या जागी अजय चौधरी यांची नवे आमदार गट नेते म्हणून नेमणूक केली गेली. एकीकडे, शिंदेंविरुद्ध अशी कठोर उपाययोजना करून दुसरीकडे त्यांच्याशी बोलायला ठाकरेंनी आपले स्वीय सचिव मिलिंद नार्वेकर आणि ठाणे विधान परिषद सभासद रवींद्र पाठक या दूतांनाही रवाना केलं.

एकनाथ शिंदेंची समजूत काढायला मिलिंद नार्वेकर जाणार हे ऐकताच अनेकांच्या भुवया उंचावल्या. मिलिंद नार्वेकरांपायी आपण शिवसेना सोडली असं अनेकांचं म्हणणं होतं. सेनेशी असलेले संबंध खंडित करताना माजी मुख्यमंत्री नारायण राणे, खासदार मोहन रावले आणि अन्य काही नेत्यांनी नार्वेकरांवर गंभीर आरोप केले होते. त्यांच्या मते, उद्धव आणि पक्ष नेत्यांमध्ये नार्वेकर हे एखाद्या तटबंदीसारखे उभे होते. बहुतेकदा, उद्धव यांनी घेतलेल्या निर्णयांवर ज्यांचा प्रभाव दिसून येई, त्याच मिलिंद नार्वेकरांना आता पक्षावर रुसलेल्या एका नेत्याची समजूत काढायला पाठवण्यात येणार होतं. पूर्वी ज्या व्यक्तीला उद्धव आणि पक्षातली दरी मानलं गेलं होतं त्याच्यावरच आज उद्धव यांच्यातर्फे नाराज आमदारांची मनधरणी करण्याची जबाबदारी सोपवली गेली होती.

> **'मला कॅबिनेट मंत्री होण्यात किंवा शिवसेनेवर पकड मिळवण्यात काहीही स्वारस्य नाही. शिवसेना वाचवण्याचीच काय ती मला चिंता आहे. काँग्रेस आणि राष्ट्रवादी यांची साथ सोडून भाजपशी हातमिळवणी करावी, अशी माझी आपणास विनंती आहे.'**

सडकमार्गे, दुपारपर्यंत नार्वेकर आणि फाटक सुरतेत पोहोचले. हॉटेलबाहेर अर्धा तास प्रतीक्षा केल्यावर कुठे त्यांना आतमध्ये प्रवेश मिळाला. त्यानंतर शिंदेंना भेटून, नार्वेकरांनी आपल्या फोनवरून त्यांचं

उद्धव यांच्याशी बोलणं करून दिलं. त्यावेळेस शिंदे फोनवर म्हणाले -

‘मला कॅबिनेट मंत्री होण्यात किंवा शिवसेनेवर पकड मिळवण्यात काहीही स्वारस्य नाही. शिवसेना वाचवण्याचीच काय ती मला चिंता आहे. काँग्रेस आणि राष्ट्रवादी यांची साथ सोडून भाजपशी हातमिळवणी करावी, अशी माझी आपणास विनंती आहे.’

ठाकरे आणि शिंदे यांच्यात साधारण वीस मिनिटं बोलणं झालं. जेव्हा युक्तिवाद काम करेनासा झाला, तेव्हा भावनेला आवाहन दिलं गेलं. उद्धव यांच्या पत्नी रश्मी फोनवर आल्या. शिंदे त्यांना ‘वहिनी’ म्हणत. रश्मी ठाकरे सेनेत पदाधिकारी नसल्या, तरी पक्षाच्या आणि सरकारच्या कामकाजावर त्यांचं बारीक लक्ष असे.

महाराष्ट्रातल्या राजकारणात घडणाऱ्या प्रत्येक घटनेची बित्तंबातमी त्यांना असे. जेव्हा नोव्हेंबर २०१९मध्ये आघाडी सरकार स्थापन करण्यात आलं, तेव्हा मुख्यमंत्री म्हणून उद्धव यांचंच नाव पुढे आलं होतं. पद स्वीकारायला उद्धव तयार नव्हते. रश्मी ठाकरे यांनी त्यांचं मन वळवल्यावर ते मुख्यमंत्रीपद स्वीकारायला तयार झाले होते. ते ‘सामना’ वृत्तपत्राचे संपादकही होते. मुख्यमंत्री झाल्यावर त्यांनी आपल्या संपादकपदाचा त्याग करत रश्मी ठाकरे यांना संपादक केलं. शिंदेंनी परत यावं म्हणून रश्मी यांनी फोनवरून बराच वेळ समजूत काढली; पण शिंदेंवर त्याचा काडीचाही परिणाम झाला नाही. बोलणी अपयशी ठरली. रिकाम्या हाती नार्वेकर आणि फाटक मुंबईला यायला निघाले.

या संपूर्ण घटनेमागे भाजपचा हात आहे, असा आरोप पक्ष प्रवक्ता खासदार संजय राऊत यांनी मुंबईत माध्यमांच्या कॅमेऱ्यांसमोर केला. राऊतांच्या मते, महाराष्ट्रातलं ठाकरे सरकार पाडण्यासाठी गुजरातमधून भाजप ‘ऑपरेशन लोटस’ राबवत होतं. चार आमदारांना जबरदस्तीने

या संपूर्ण घटनेमागे भाजपचा हात आहे, असा आरोप पक्ष प्रवक्ता खासदार संजय राऊत यांनी मुंबईत माध्यमांच्या कॅमेऱ्यांसमोर केला. राऊतांच्या मते, महाराष्ट्रातलं ठाकरे सरकार पाडण्यासाठी गुजरातमधून भाजप ‘ऑपरेशन लोटस’ राबवत होतं. चार आमदारांना जबरदस्तीने सुरतेला नेण्यात आलं असून त्यांनी विरोध केला असता त्यांना मारहाण केल्याचा आरोपही राऊत यांनी केला.

सुरतेला नेण्यात आलं असून त्यांनी विरोध केला असता त्यांना मारहाण केल्याचा आरोपही राऊत यांनी केला.

अशातच बातमी आली की, शिंदेंबरोबर सुरतेला गेलेले अकोल्याचे शिवसेना खासदार नितीन देशमुख आजारी पडले असून, त्यांना सुरत सिव्हिल लाइन्स हॉस्पिटलमध्ये दाखल करण्यात आलं आहे. ते हरवले असल्याची तक्रार त्यांची पत्नी प्रांजली यांनी अकोला पोलिसांत केली. देशमुख यांना मारहाण केल्यानंतर त्यांना हृदयविकाराचा झटका आल्याने त्यांना हॉस्पिटलमध्ये दाखल करावं लागल्याचं राऊत यांनी प्रसारमाध्यमांना सांगितलं.

पडद्याआडून भाजप सगळी सूत्रं हलवत आहे, अशी शंका संजय राऊत यांच्याप्रमाणेच सर्वांना येत होती. परंतु, या प्रकरणात भाजपने कुठलंही ठोस विधान केलं नाही. महाराष्ट्र भाजप प्रमुख चंद्रकांत पाटील म्हणाले, ''हा शिवसेनेचा अंतर्गत कलह आहे. शिवसेनेत पडलेल्या या फुटीने हे स्वच्छ दिसून येत आहे की, पक्ष सदस्यांचा त्यांच्या नेतृत्वावर विश्वास नाही. आम्ही काही सरकार पाडत नाही... परंतु, राजकारणात काहीही शक्य असतं.'' यानंतर, भाजपने या संदर्भात मौन धारण केलं. महाराष्ट्रातल्या सर्वांत मोठ्या भाजप नेत्यांपैकी एक, देवेंद्र फडणवीस यांनीही या संदर्भात अवाक्षरही उच्चारलं नाही. काँग्रेसमधून भाजपमध्ये प्रवेश केलेले नेते कृपाशंकर सिंह या मुद्द्यावर 'लाइव्ह' बोलण्यासाठी एबीपी न्यूजच्या कॅमेऱ्यासमोर आले. त्यांनी बोलायला सुरुवात करण्यापूर्वी त्यांना पार्टीच्या कुणा ज्येष्ठ नेत्याचा फोन आला आणि त्यांना कॅमेऱ्यासमोरून बाजूला व्हावं लागलं.

पडद्याआडून भाजप सगळी सूत्रं हलवत आहे, अशी शंका संजय राऊत यांच्याप्रमाणेच सर्वांना येत होती. परंतु, या प्रकरणात भाजपने कुठलंही ठोस विधान केलं नाही. महाराष्ट्र भाजप प्रमुख चंद्रकांत पाटील म्हणाले, ''हा शिवसेनेचा अंतर्गत कलह आहे.''

शिंदेंच्या कंपूकडून कुठलं पाऊल उचललं जातं यावर सगळ्यांची नजर खिळली होती. अशातच त्यांनी एक ट्विट केलं - आम्ही बाळासाहेबांचे कट्टर शिवसैनिक आहोत... बाळासाहेबांनी आम्हाला

हिंदुत्वाची शिकवण दिली आहे. बाळासाहेबांचा हिंदुत्वाचा मुद्दा आणि आनंद दिघे यांचे आदर्श यांच्याबाबतीत आम्ही कोणतीच तडजोड नाही करू शकत. सत्तेसाठी आम्ही कधीच दगाबाजी केली नाही.

दुसऱ्या रात्री, म्हणजे २२ जूनला रात्री ३ वाजता तीन बसेस ली मेरिडियन हॉटेलसमोर येऊन उभ्या राहिल्या. सर्व आमदार दोन बसेसमध्ये बसले, तर त्यांचं सामान तिसऱ्या बसमध्ये ठेवण्यात आलं. विमानतळापासून हॉटेल जेमतेम एक किलोमीटर अंतरावर असेल; परंतु कडक बंदोबस्तात या तीन बसेस निघाल्या. जोडीने, रस्त्यावरही सगळीकडे पोलिसांचा पहारा होता. आमदारांना सुरतेहून कुठेतरी दुसरीकडे नेलं जात आहे, हे अगदी स्पष्टच होतं... पण, कुठे? गोवा? बंगळूरू? भोपाळ, की मुंबईला परत?

◆

४

चौथं बंड

एकनाथ शिंदे यांनी आमदारांना घेऊन अचानक सुरतेला जाणं, तिथे भाजपच्या लोकांनी त्यांच्याशी संपर्क साधणं, उद्धव ठाकरे यांच्याशी फोनवर झालेली चर्चा विफल ठरणं... शिवसेनेमध्ये बंड झालं आहे या निष्कर्षाला पोहोचण्यासाठी समस्त राजकीय अभ्यासकांना ही कारणं पुरेशी होती. 'बंड' या शब्दाला शिवसेनेत थारा नाही. यापूर्वी, सेनेत तीन वेळा मोठं बंड झालं; पण तिन्ही वेळेस सेनेने बंडखोरांना बाहेरचा रस्ता दाखवला.

१९९१ - छगन भुजबळ यांनी केलेलं बंड

राजनीतीचे सगळे डावपेच नफा-तोट्यावर लढवले जातात ही बाब जगजाहीर आहे. इथे न कुणी कायमचं मित्र असतं न शत्रू. सुडाची भावना इथे फार काळ टिकत नाही... तरीसुद्धा, महाराष्ट्राच्या राजकारणात एका शिष्याने आपल्या गुरूविरुद्ध बंड करत, नंतरच्या काळात त्याला अटक केल्याचं एक उदाहरण आहे. गुरू-शिष्य बाळासाहेब ठाकरे आणि छगन भुजबळ यांचा हा किस्सा असून, या दोघांमध्ये जेव्हा एका तिसऱ्या व्यक्तीने प्रवेश केला आणि ते दोघं एकमेकांचे कट्टर वैरी झाले.

१९६६मध्ये, आपल्या काही मित्रांना सोबत घेऊन बाळासाहेब ठाकरे यांनी शिवसेनेची स्थापना केली. मराठी तरुणांना 'व्हाईट कॉलर - प्रतिष्ठित नोकऱ्या' मिळवून देणं हा पक्षाचा अजेंडा होता. ठाकरेंच्या मते या क्षेत्रात दक्षिण भारतीयांचं वर्चस्व होतं. मराठी माणसाला न्याय देण्याचा विडा उचलत शिवसेनेने दक्षिण भारतीयांविरुद्ध हिंसक आंदोलन

सुरू केलं. शहरात साम्यवादी युनियनचं वर्चस्व संपवू पाहणाऱ्या काँग्रेस पक्षाने त्यांच्या या मोहिमेचं समर्थन केलं. शिवसेनेचा विस्तार करण्यासाठी मुंबई आणि ठाण्यात फिरून ठाकरे भाषणं देत असत. कधी छोट्या मैदानात सभा आयोजित करून तर कधी चौकात एखाद्या टॅक्सीच्या टपावर उभं राहून ते गर्दीला उद्देशून भाषण करत. मुंबईच्या माझगाव भागात राहून, भायखळ्याच्या मंडईत भाजी विकून गुजराण करणाऱ्या एका तरुणाने ठाकरे यांचं असंच एक भाषण ऐकलं. त्या भाषणाने भारावलेल्या त्या युवकाने पक्षाचा सदस्य होण्याचं ठरवलं. तो तरुण होता छगन भुजबळ. पक्षाशी नाळ जोडली गेल्यावर बाळासाहेब ठाकरे यांना भेटण्याची संधी त्या युवकाला लवकरच मिळाली. भुजबळचा आवेश आणि आपल्या विचारांप्रति त्याला असलेलं आकर्षण पाहून ठाकरेंवर छाप पडली. त्यांच्या आक्रमक विचारांना प्रत्यक्षात उतरवू शकणाऱ्या भुजबळसारख्या तरुणांची ठाकरे यांना गरज होतीच.

शिवसेनेत भुजबळ यांचं वजन लवकरच वाढलं. ते धीट होते, तरतरीत होते, भाषण छान करत होते आणि इतर मागासवर्गीयांवर (ओबीसी) त्यांची उत्तम पकड होती. त्यांच्या प्रयत्नांमुळे महाराष्ट्रात शिवसेनेचा झपाट्याने प्रसार झाला. ते बाळ ठाकरे यांच्या जवळच्या नेत्यांपैकी एक मानले जात होते... परंतु, १९९० साली असं काही घडलं ज्यापायी दोघांमध्ये द्वेषाचं बीज अंकुरलं.

शिवसेनेत भुजबळ यांचं वजन लवकरच वाढलं. ते धीट होते, तरतरीत होते, भाषण छान करत होते आणि इतर मागासवर्गीयांवर (ओबीसी) त्यांची उत्तम पकड होती. त्यांच्या प्रयत्नांमुळे महाराष्ट्रात शिवसेनेचा झपाट्याने प्रसार झाला. ते बाळ ठाकरे यांच्या जवळच्या नेत्यांपैकी एक मानले जात होते... परंतु, १९९० साली असं काही घडलं ज्यापायी दोघांमध्ये द्वेषाचं बीज अंकुरलं. त्या वर्षीच्या विधानसभा निवडणुकीनंतर शिवसेना सगळ्यात मोठा विरोधी पक्ष म्हणून उदयाला आला. विधानसभेत विरोधी पक्ष नेता निवडण्याची वेळ आली, तेव्हा अर्थातच बाळासाहेब ही जबाबदारी आपल्यावरच सोपवतील अशी भुजबळांना खात्री होती..., मात्र तसं घडलं नाही. ठाकरे यांनी मनोहर जोशींना विरोधी पक्ष नेतेपद दिल्याचं पाहून भुजबळांना धक्का बसला.

विरोधी पक्ष नेता या पदापासून तर भुजबळ यांना वंचित केलं गेलंच, शिवाय त्यांची रवानगी पुन्हा मुंबई मनपाच्या राजकारणात केली गेली. भुजबळ हे मुंबईचे दोनदा महापौर झालेले पहिले शिवसैनिक होते. त्या वेळेस भुजबळांनी विषाचा घोट पचवला; पण ठाकरे यांनी आपली अवनती केली आहे असं त्यांना वारंवार वाटत होतं.

विरोधी पक्ष नेता या पदापासून तर भुजबळ यांना वंचित केलं गेलंच, शिवाय त्यांची रवानगी पुन्हा मुंबई मनपाच्या राजकारणात केली गेली. भुजबळ हे मुंबईचे दोनदा महापौर झालेले पहिले शिवसैनिक होते. त्या वेळेस भुजबळांनी विषाचा घोट पचवला; पण ठाकरे यांनी आपली अवनती केली आहे असं त्यांना वारंवार वाटत होतं. राज्याच्या राजकारणातून त्यांना शहराच्या राजकारणात ढकललं गेलं होतं.

अशातच, केंद्रात आलेल्या राष्ट्रीय मोर्चाच्या युती सरकारने मंडल आयोगाने केलेल्या मागासवर्गीयांच्या आरक्षणाची शिफारस लागू करायचं ठरवलं. महाराष्ट्रात शिवसेनेचा जोडीदार असणारा भाजप या निर्णयाचं स्वागत करत होता, तर सेनेचा त्याला विरोध होता. भुजबळ स्वतः ओबीसी समाजातून आलेले असल्याने ते ह्यापायी डिवचले गेले. अशातच, मुंबईच्या दौऱ्यावर आलेल्या पंतप्रधान व्ही.पी. सिंह यांनी भुजबळांना जनता दलात प्रवेश घेण्यासाठी आमंत्रित केलं. तरीही, भुजबळ यांनी पक्षत्याग केला नाही; परंतु, पक्षाच्या वागणुकीसंदर्भात ते आपली नाराजी व्यक्त करत राहिले... ह्याचंच एक उदाहरण म्हणजे, १९९० साली अडवाणींनी आयोजित केलेल्या सोमनाथ ते अयोध्या रथयात्रेचं स्वागत करायला भाजप-सेनेने ठेवलेल्या संयुक्त सभेला त्यांचं अनुपस्थित राहणं.

परंतु, भुजबळांनी आपला मूक विरोध फार काळ सुरू ठेवला नाही. मनोहर जोशी विरोधी पक्ष नेते म्हणून अयशस्वी ठरल्याचं विधान त्यांनी मार्च १९९१मध्ये उघडपणे केलं. पुन्हा एकदा मुंबईचे महापौर होण्यात आपल्याला स्वारस्य नसून आता आपल्याला विरोधी पक्ष नेता करण्यात यावं हेदेखील त्यांनी स्पष्ट केलं. भुजबळांचा हा बंडखोरपणा पाहून बाळ ठाकरे यांनी त्यांना आणि मनोहर जोशींना 'मातोश्री'वर बोलावून घेत त्या दोघांमध्ये समेट घडवून आणण्याचा प्रयत्न केला.

त्या वेळेस जरी भुजबळांनी जिभेला लगाम घातला तरी फार काळ ते तोंड बंद ठेवू शकले नाहीत.

५ डिसेंबर, १९९१ रोजी भुजबळ यांनी बाळ ठाकरेंविरुद्ध विद्रोहाचं रणशिंग फुंकलंच. भुजबळांच्या नेतृत्वाखाली 'शिवसेना-ब'च्या १८ आमदारांनी विधानसभेच्या प्रतोदांना दिलेल्या पत्रात उल्लेख केला होता की, ते 'शिवसेना-१८' नावाचा स्वतंत्र गट तयार करत असून, मूळ शिवसेनेपासून स्वतःला वेगळं करत आहेत. प्रतोदांनी भुजबळांच्या या गटाला मान्यता दिली. पुढे, आपल्या समर्थक आमदारांसह भुजबळांनी काँग्रेसमध्ये प्रवेश केला.

शेवटी, ५ डिसेंबर, १९९१ रोजी भुजबळ यांनी बाळ ठाकरेंविरुद्ध विद्रोहाचं रणशिंग फुंकलंच. भुजबळांच्या नेतृत्वाखाली 'शिवसेना-ब'च्या १८ आमदारांनी विधानसभेच्या प्रतोदांना दिलेल्या पत्रात उल्लेख केला होता की, ते 'शिवसेना-१८' नावाचा स्वतंत्र गट तयार करत असून, मूळ शिवसेनेपासून स्वतःला वेगळं करत आहेत. प्रतोदांनी भुजबळांच्या या गटाला मान्यता दिली. पुढे, आपल्या समर्थक आमदारांसह भुजबळांनी काँग्रेसमध्ये प्रवेश केला. अशा प्रकारे, भुजबळांनी शिवसेनेचे दोन भाग केले. पक्ष स्थापनेपासून पहिल्यांदाच कुणी बाळ ठाकरेंविरुद्ध बंड करण्याची हिंमत केली होती.

भुजबळांपायी मिळालेल्या दुहेरी झटक्याने बाळ ठाकरे खूप दुखावले गेले. भुजबळ विश्वासघातकी आहेत, असं घोषित करून ते त्यांची हेटाळणी 'लखोबा' म्हणून करू लागले. (लखोबा म्हणजे 'तो मी नव्हेच' या नाटकातलं, सगळ्यांची फसवणूक करणारं एक पात्र). भुजबळांनी केलेल्या विश्वासघाताची शिक्षा त्यांना देण्याची ठाकरे यांची इच्छा सात वर्षांनी, १९९७मध्ये पूर्ण झाली. तेव्हा भाजप-सेनेची सत्ता आली होती.

भुजबळांनी शिवसेनेला घायाळ केलं आणि भाजपने त्यावर मीठ चोळलं. भुजबळांच्या बंडखोरीनंतर विधानसभेत शिवसेनेच्या आमदारांची संख्या ५२वरून ३४वर आली. आता तर सेनेपेक्षा आमचे आमदार जास्त असून, त्यांची संख्या ४१ असल्याने विरोधी पक्ष नेता आमचाच असेल असं भाजपने सांगितलं. भाजपच्या मागणीपुढे सेनेला झुकावं लागलं आणि

भाजपचे गोपीनाथ मुंडे विरोधी पक्ष नेता झाले.

भुजबळांपायी मिळालेल्या दुहेरी झटक्याने बाळ ठाकरे खूप दुखावले गेले. भुजबळ विश्वासघातकी आहेत, असं घोषित करून ते त्यांची हेटाळणी 'लखोबा' म्हणून करू लागले. (लखोबा म्हणजे 'तो मी नव्हेच' या नाटकातलं, सगळ्यांची फसवणूक करणारं एक पात्र). भुजबळांनी केलेल्या विश्वासघाताची शिक्षा त्यांना देण्याची ठाकरे यांची इच्छा सात वर्षांनी, १९९७मध्ये पूर्ण झाली. तेव्हा भाजप-सेनेची सत्ता आली होती. छगन भुजबळ काँग्रेसकडून विरोधी पक्ष नेता झाले होते. त्यांचा बंगला मुंबईच्या नरिमन पॉइन्ट भागात, शिवसेना-भाजपच्या मंत्र्यांच्या बंगल्याशेजारी होता.

भुजबळांना शिक्षा देण्याच्या पहिल्या टप्प्यात त्यांची झेड सुरक्षा काढून घेण्यात आली. १३ जुलैच्या सकाळी, कामगारमंत्री साबीर शेख यांच्या बंगल्यावर जमलेले शेकडो शिवसैनिक अचानक भुजबळांच्या बंगल्यावर चालून गेले. भुजबळांची धुलाई करण्यासाठी शिवसैनिक त्यांना शोधत होते; पण भुजबळांनी स्वतःला एका खोलीत बंद करून घेतलं होतं. संतप्त शिवसैनिकांनी बंगल्यात तोडफोड केली, फर्निचरचं नुकसान केलं आणि फायली पेटवून दिल्या. तिथे पोहोचूनही पोलीस शिवसैनिकांना थांबवू शकले नाहीत. भुजबळ त्या हल्ल्यातून कसेबसे वाचले.

या हल्ल्याचं समर्थन करत ठाकरे म्हणाले की, भुजबळांच्या भडकवणाऱ्या भाषणामुळे शिवसैनिक खवळले होते. या संदर्भात पोलिसांनी ३२ शिवसैनिकांविरुद्ध खटला दाखल केला. भुजबळांना धडा शिकवण्याची ठाकरे यांची इच्छा तर पूर्ण झाली; पण या घटनेने भुजबळांच्या मनात बदल्याच्या भावनेचं बीज रोवलं गेलं. ते आता बाळासाहेब ठाकरे यांचा सूड घेऊ इच्छित होते.

या हल्ल्याचं समर्थन करत ठाकरे म्हणाले की, भुजबळांच्या भडकवणाऱ्या भाषणामुळे शिवसैनिक खवळले होते. या संदर्भात पोलिसांनी ३२ शिवसैनिकांविरुद्ध खटला दाखल केला. भुजबळांना धडा शिकवण्याची ठाकरे यांची इच्छा तर पूर्ण झाली; पण या घटनेने भुजबळांच्या मनात बदल्याच्या भावनेचं बीज रोवलं गेलं. ते आता बाळासाहेब ठाकरे यांचा सूड घेऊ

इच्छित होते.

जेव्हा सन २०००मध्ये राज्यात काँग्रेस-राष्ट्रवादीचं सरकार आलं आणि भुजबळांना गृहमंत्रीपद मिळालं तेव्हा भुजबळांना ही संधी मिळाली. १९९७च्या ज्या जुलै महिन्यात हल्ला झाला होता, तोच जुलै महिना त्यांनी ठाकरेंवर सूड उगवण्यासाठी निवडला. मुंबईत १९९२-९३मध्ये झालेल्या दंगलींदरम्यान ठाकरे यांनी 'सामना' वृत्तपत्रात भडक संपादकीय लिहिल्याचा आरोप केला गेला. परंतु, ज्या कलमाखाली हा आरोप केला होता त्या अन्वये अटक करण्यासाठी सरकारची अनुमती घेणं गरजेचं होतं. ठाकरेंविरुद्ध दाखल केलेला खटला बासनात गुंडाळलेल्या अवस्थेत राहिला; मात्र गृहमंत्री झाल्यावर भुजबळांनी तो पुन्हा बाहेर काढत ठाकरेंना अटक करण्यासाठी मुंबई पोलिसांना परवानगी दिली.

ठाकरेंच्या अटकेची तारीख ठरली. फार मोठा निर्णय होता तो. ठाकरेंना २५ जुलै, २००० रोजी अटक होताच, महाराष्ट्रात शिवसैनिकांनी हिंसेचा उद्रेक केला असता, पुन्हा दंगली होऊ शकल्या असत्या. परंतु, भुजबळ आपल्या निर्णयावर ठाम होते. वाटेल ते झालं, तरी ते ठाकरेंना अटक करवणार होते. तत्कालीन पोलीस आयुक्त एम. एन. सिंह यांना कार्यकठोर होण्याचे आदेश देत त्यांनी बाहेरून पोलिसांची ज्यादा कुमक बोलावली.

ठाकरेंच्या अटकेची तारीख ठरली. फार मोठा निर्णय होता तो. ठाकरेंना २५ जुलै, २००० रोजी अटक होताच, महाराष्ट्रात शिवसैनिकांनी हिंसेचा उद्रेक केला असता, पुन्हा दंगली होऊ शकल्या असत्या. परंतु, भुजबळ आपल्या निर्णयावर ठाम होते. वाटेल ते झालं, तरी ते ठाकरेंना अटक करवणार होते.

२५ जुलै, २०००. मुंबईत सकाळपासून तणावपूर्ण वातावरण होतं. हिंसेच्या भीतीने व्यापाऱ्यांनी दुकानं बंद ठेवली होती. सुमारे, ५०० पोलिसांची टीम ठाकरेंच्या 'मातोश्री'वर पोहोचली. तिथून त्यांना घेऊन पोलीस आधी दादरला महापौर निवासात पोहोचले, जिथे ठाकरेंना औपचारिकरीत्या अटक करण्यात आली. सगळा लवाजमा आता भोईवाडा न्यायालयात पोहोचला. न्यायालयाबाहेरच्या परिसराला पोलिसांच्या छावणीचं रूप आलं होतं. मोठ्या संख्येने शिवसैनिक न्यायालयाबाहेर गोळा झाले होते.

अतिशय तणावपूर्ण वातावरणात न्यायालयात सुनावणी सुरू झाली. पोलिसांनी ठाकरेंना अतिरिक्त मेट्रोपोलिटन न्यायाधीशासमोर उभं करत सांगितलं की, त्यांच्याविरुद्ध असलेल्या आरोपांची चौकशी करून लवकरच चार्जशीट दाखल करण्यात येईल. त्यानंतर, ठाकरेंना जामीन मिळावा म्हणून त्यांच्या वकिलांनी अर्ज दाखल केला; पण गुन्ह्याचा तपास करण्याची कालमर्यादा संपुष्टात आल्याचं सांगत न्यायाधीशांनी ठाकरेंविरुद्धचा तो खटला कायमस्वरूपी निकालात काढला.

अशा प्रकारे, कार्यवाही संपल्यावर ठाकरे न्यायालयातून बाहेर आले. त्यांनी शिवसैनिकांकडे पाहत बोटांनी 'व्ही' अशी जिंकल्याची खूण केली. हिंसेसाठी सज्ज शिवसैनिकांनी त्यानंतर जल्लोष केला, फटाके फोडले. अटकेनंतर अल्पावधीतच ठाकरेंची सुटका झाली हे खरं असलं, तरी भुजबळांच्या मनात तीन वर्षांपासून असलेली सुडाची भावना त्याने नक्कीच शमली होती.

कार्यवाही संपल्यावर ठाकरे न्यायालयातून बाहेर आले. त्यांनी शिवसैनिकांकडे पाहत बोटांनी 'व्ही' अशी जिंकल्याची खूण केली. हिंसेसाठी सज्ज शिवसैनिकांनी त्यानंतर जल्लोष केला, फटाके फोडले. अटकेनंतर अल्पावधीतच ठाकरेंची सुटका झाली हे खरं असलं, तरी भुजबळांच्या मनात तीन वर्षांपासून असलेली सुडाची भावना त्याने नक्कीच शमली होती.

२००८ साली, भुजबळ आणि ठाकरे यांच्यात दिलजमाई झाली. भुजबळांनी ठाकरेंविरुद्ध मानहानीचे काही खटले दाखल केले होते; पण ठाकरेंची ढासळणारी प्रकृती पाहून त्यांनी ते काढून घेतले. ठाकरे यांनी मृत्यूपूर्वी काही दिवस भुजबळांना सहकुटुंब जेवायला घरी बोलावलं होतं. वीस वर्षांपूर्वी ज्या शिवसैनिकांनी भुजबळांच्या बंगल्यावर हल्ला केला होता त्यांच्याविरुद्ध त्या संदर्भात भुजबळांनी २०१७ साली मुंबईच्या सेशन कोर्टात साक्ष दिली होती. ते जरी त्यांच्या साक्षीवर कायम राहिले, तरी त्या सगळ्यांना आपण माफ केलं असून, त्यांना सोडून देण्यात यावं, असं निवेदन भुजबळांनी कोर्टाला सादर केलं.

ठाकरेंना झालेली अटक ही एक चूक असल्याची साक्ष राष्ट्रवादी काँग्रेसच्या अजित पवारांनी २०१९ साली दिली. भुजबळांकडे इशारा

करत अजित पवार म्हणाले की, एका नेत्याच्या हट्टापायी ठाकरेंना अटक करण्यात आलं होतं. उद्धव ठाकरेंच्या तीर्थरूपांना अटक करणारे हेच भुजबळ पुढे उद्धव ठाकरे सरकारचे कॅबिनेट मंत्री झाले.

१९९५ - नारायण राणेंचं बंड

> **राज्यात पहिल्यांदा १९९५ साली जेव्हा सेना-भाजप यांचं राज्य आलं, तेव्हा ठाकरे यांनी मनोहर जोशींना मुख्यमंत्री नेमलं. आपण रिमोट कन्ट्रोलने सरकार चालवणार असल्याचं त्यांनी सांगितलं. अशातच, काही मुद्द्यांवरून ठाकरे आणि जोशी यांच्यात धुसफूस होऊ लागली. मुख्यमंत्री म्हणून आपण ठाकरेंहून मोठे असल्याचं दाखवण्याचा जोशींचा प्रयत्न आहे हे ठाकरेंच्या लक्षात आलं**

छगन भुजबळ यांच्याप्रमाणेच नारायण राणे हेसुद्धा बाळासाहेब ठाकरेंचे अतिशय निकटवर्तीय होते. मुंबईच्या चेंबूर भागात राहणारे राणे कोकणातल्या कणकवली इथले होते. ठाकरेंच्या विचारांनी प्रभावित होत राणेसुद्धा शिवसेनेशी जोडले गेले. परप्रांतीयांविरुद्ध पक्षाच्या संघर्षात ते सहभागी झाले. कोकणात शिवसेनेची मुळं पक्की करण्यात राणे यांनी महत्त्वाची भूमिका बजावली. राणे हे महाराष्ट्राच्या राजकारणात वर्चस्व असणाऱ्या मराठा समाजाचे आहेत.

राज्यात पहिल्यांदा १९९५ साली जेव्हा सेना-भाजप यांचं राज्य आलं, तेव्हा ठाकरे यांनी मनोहर जोशींना मुख्यमंत्री नेमलं. आपण रिमोट कन्ट्रोलने सरकार चालवणार असल्याचं त्यांनी सांगितलं. अशातच, काही मुद्द्यांवरून ठाकरे आणि जोशी यांच्यात धुसफूस होऊ लागली. मुख्यमंत्री म्हणून आपण ठाकरेंहून मोठे असल्याचं दाखवण्याचा जोशींचा प्रयत्न आहे हे ठाकरेंच्या लक्षात आलं. त्यांच्या सरकारवर भ्रष्टाचाराचे वाटेल ते आरोप केले गेले. पक्षातल्या जोशींच्या शत्रूंनी त्यांच्याविरुद्ध ठाकरेंचे कान भरले. शेवटी, फेब्रुवारी १९९९मध्ये ठाकरेंनी जोशींना मुख्यमंत्रीपदावरून हटवून त्या जागी नारायण राणेंना मुख्यमंत्री केलं. राणेंना जेमतेम नऊ महिने मुख्यमंत्रीपद उपभोगता आलं; कारण त्यानंतर विधानसभा निवडणुका झाल्या. निवडणुकीत सेना-भाजप युतीला हार पत्करावी लागली आणि काँग्रेस-राष्ट्रवादीचं सरकार सत्तेत आलं.

याच काळात बाळासाहेबांचे तिसरे चिरंजीव उद्धव ठाकरे राजकारणात

पूर्णपणे सक्रिय होऊ लागले होते. पक्षाचे निर्णय घेण्याच्या प्रक्रियेत त्यांची भूमिका महत्त्वाची ठरू लागली. यथावकाश, उद्धव ठाकरे यांनी आपल्या निकटवर्तीयांचा एक गट पक्षांतर्गत तयार केला. या गटात जुन्या सदस्यांपैकी मनोहर जोशी आणि सुभाष देसाई होते. उद्धव त्यांच्याबरोबरच ऊठबस करू लागले, त्यांचंच सांगणं ऐकू लागले.

याच काळात बाळासाहेबांचे तिसरे चिरंजीव उद्धव ठाकरे राजकारणात पूर्णपणे सक्रिय होऊ लागले होते. पक्षाचे निर्णय घेण्याच्या प्रक्रियेत त्यांची भूमिका महत्त्वाची ठरू लागली. यथावकाश, उद्धव ठाकरे यांनी आपल्या निकटवर्तीयांचा एक गट पक्षांतर्गत तयार केला.

या दरम्यान, तत्कालीन मुख्यमंत्री विलासराव देशमुख यांचं सरकार पाडण्यासाठी नारायण राणे यांनी एक योजना आखली.

गोष्ट जून २००२ची आहे. महाराष्ट्रात काँग्रेस-राष्ट्रवादीचं युती सरकार आलं होतं. विलासराव देशमुख मुख्यमंत्रीपदी होते. अनेक अपक्ष आमदार आणि लहान गटांच्या समर्थनाने शिजवलेल्या खिचडी सरकारचे ते प्रमुख होते. देशमुखांपूर्वी १९९९पर्यंत मुख्यमंत्रीपदी शिवसेना-भाजप युती सरकारचे नारायण राणे होते.

अशातच बातमी आली की, शेतकरी कामगार पक्षाच्या (शेकाप) पाच आमदारांनी देशमुख सरकारला दिलेलं समर्थन काढून घेतलं असल्याचं पत्र राज्यपालांना दिलं आहे. राष्ट्रवादीच्या सुनील तटकरे यांनी रायगड जिल्हा परिषदेच्या निवडणुकीत शेकापच्या उमेदवार सुप्रिया पाटील यांना हरवलं आहे, असा शेकापचा समज झाल्यावरून तटकरे यांना कॅबिनेटमध्ये घ्यायला त्यांनी विरोध केला होता. देशमुख सरकार अल्पमतात आलं. नारायण राणेंनी संधीचा फायदा घेण्याचा प्रयत्न केला. बहुमत सिद्ध करण्यासाठी राज्यपाल पी.सी. अलेक्झांडर यांनी देशमुखांना दहा दिवसांची मुदत दिली. राष्ट्रवादीच्या आमदारांनीही जर पाठिंबा काढून घेतला तर आपलं सरकार स्थापन करता येईल, असा विचार राणे यांनी केला.

आपल्या योजनेनुसार राणे यांनी राष्ट्रवादी आणि काँग्रेसच्या काही आमदारांना आपल्याकडे ओढून घेत ५ जून, २००२ रोजी मुंबईच्या

आपल्या योजनेनुसार राणे यांनी राष्ट्रवादी आणि काँग्रेसच्या काही आमदारांना आपल्याकडे ओढून घेत ५ जून, २००२ रोजी मुंबईच्या जोगेश्वरीमधल्या मातोश्री स्पोर्ट्स क्लबमध्ये दडवून ठेवलं. राणे यांनी या आमदारांचं अपहरण करून त्यांना धाकदपटशा दाखवून तिथे ठेवलं.

जोगेश्वरीमधल्या मातोश्री स्पोर्ट्स क्लबमध्ये दडवून ठेवलं. राणे यांनी या आमदारांचं अपहरण करून त्यांना धाकदपटशा दाखवून तिथे ठेवलं असून, सरकारला दिलेलं समर्थन काढून घेतल्याच्या प्रतिज्ञापत्रावर सही करण्यासाठी त्यांच्यावर दबाव टाकला जात असल्याचा आरोप काँग्रेस आणि राष्ट्रवादीने त्यांच्यावर केला.

मातोश्री स्पोर्ट्स क्लबच्या बाहेर रात्रंदिवस शिवसैनिकांचा जागता पहारा होता. नजर चुकवून साधा पक्षीसुद्धा आत जाऊ शकत नव्हता. नारायण राणे आणि बाळा नांदगावकरांसारखे शिवसेनेचे तत्कालीन नेते सातत्याने क्लबमध्ये उपस्थित होते. क्लबच्या आसपासही भटकण्याची अनुमती पत्रकारांना नव्हती. शिवसैनिक त्यांना कॅमेरासुद्धा बाहेर काढू देत नव्हते.

अशातच बातमी आली की, पद्माकर वळवी नावाच्या काँग्रेसच्या आमदाराने येनकेन प्रकारे क्लबमधून पळून जाण्याचा प्रयत्न केला. वळवी रिक्षातही जाऊन बसले; पण पहाऱ्यावर असणाऱ्या शिवसैनिकांनी नेमका त्या रिक्षाला गराडा घातला आणि वळवींना पुन्हा क्लबमध्ये आणण्यात आलं.

वळवीची ही बातमी बाहेर फुटल्यावर आमदारांना सोडवण्यासाठी पोलिसांची मदत घेण्याचं सरकारने ठरवलं. गृहमंत्री छगन भुजबळ यांच्या आदेशावरून रात्री कारवाई करण्याचा निर्णय झाला. क्राइम ब्रांचच्या तरतरीत डीसीपीवर हे काम सोपवण्यात आलं. सोबत दोन एन्काउंटर स्पेशालिस्ट अधिकारी आणि १०० पोलीस घेऊन ते मातोश्री स्पोर्ट्स क्लबमध्ये पोचले.

वळवीची ही बातमी बाहेर फुटल्यावर आमदारांना सोडवण्यासाठी पोलिसांची मदत घेण्याचं सरकारने ठरवलं. गृहमंत्री छगन भुजबळ यांच्या आदेशावरून रात्री कारवाई करण्याचा निर्णय झाला. क्राइम ब्रांचच्या तरतरीत डीसीपीवर हे काम सोपवण्यात आलं. सोबत दोन एन्काउंटर स्पेशालिस्ट

अधिकारी आणि १०० पोलीस घेऊन ते मातोश्री स्पोर्ट्स क्लबमध्ये पोचले. त्यांच्यासोबत राष्ट्रवादीचे दोन आमदारसुद्धा होते. नारायण राणे तेव्हा झोपले होते. प्रदीप सावंत आणि एन्काउंटर स्पेशालिस्ट अधिकारी आल्याची बातमी मिळताच त्यांच्या तळपायाची आग मस्तकात गेली. मातोश्री क्लबच्या गेटवर येऊन त्यांनी वाटेल तशी शिवीगाळ करायला सुरुवात केली. डीसीपीबरोबर असणाऱ्या पोलिसांना आणि आमदारांना धमक्या दिल्या.

राणेंचा रुद्रावतार पाहून पोलीस अधिकारी हादरले. काहीही झालं तरी, राणे हे महाराष्ट्राचे माजी मुख्यमंत्री आणि शिवसेनेचे 'दादा' होते. त्यांच्याशी वैर घेण्याची कुणाही पोलीस अधिकाऱ्याची इच्छा नव्हती. परिणामतः, इतका फौजफाटा बरोबर आणूनदेखील त्यांना हात हलवत परतावं लागलं. उद्या फिरून राणे मुख्यमंत्री झाले, तर आपली काही खैर नाही अशी भीती त्या अधिकाऱ्यांना वाटली.

त्यानंतर, राणे यांनी काही टीव्ही पत्रकारांना मातोश्री स्पोर्ट्स क्लबमध्ये बोलावून घेतलं. त्यांच्यासमोर सर्व आमदारांना कॅमेऱ्यासमोर आणलं गेलं. वळवीदेखील त्यात होतेच. त्या वेळेस भाजप नेते गोपीनाथ मुंडे तिथे उपस्थित होते. त्यांनी पत्रकारांना सर्व आमदारांचा परिचय करून देत ते कोणकोणत्या विधानसभा क्षेत्रातून आहेत ते सांगितलं. आपण आपल्या मर्जीने मातोश्री स्पोर्ट्स क्लबमध्ये राहत असल्याचं सर्व आमदारांनी सांगितलं. आपलं अपहरण झालेलं नसून आपण सरकारवर नाराज असल्याने राणेंबरोबर आहोत, असंही त्यांनी त्या प्रसंगी सांगितलं. आमदारांची अशी मुलाखत घेतली जात असताना राणे तिथे जातीने हजर राहून प्रत्येकाचं बोलणं ऐकत होते.

विलासराव देशमुख यांना विधानसभेत बहुमत सिद्ध करण्यासाठी १३ जून, २००२ ही तारीख देण्यात आली. शिवसैनिकांच्या पहाऱ्यात सर्व आमदारांना घेऊन राणे विधानभवनात हजर झाले. तिथे पोहोचताच त्या आमदारांना घेऊन राणे आपल्या कक्षात गेले.

विलासराव देशमुख यांना विधानसभेत बहुमत सिद्ध करण्यासाठी १३ जून, २००२ ही तारीख देण्यात आली. शिवसैनिकांच्या पहाऱ्यात सर्व आमदारांना घेऊन राणे विधानभवनात

हजर झाले. तिथे पोहोचताच त्या आमदारांना घेऊन राणे आपल्या कक्षात गेले. टॉयलेटला जाण्याच्या निमित्ताने वळवी थेट विधानसभा अध्यक्ष अरुण गुजराती यांच्या कक्षात पोहोचले; परंतु ते आपल्या कक्षात नव्हतेच. हवालदिल झालेल्या वळवींनी त्यांना शोधण्याचा प्रयत्न केला, तेव्हा ते समिती कक्षात असल्याचं त्यांना समजलं. ते तडक तिथे जाऊन पोहोचले आणि आपल्यावर गुदरलेल्या प्रसंगाची हकिकत गुजरातींना सांगितली. आपल्या जिवाला धोका आहे, असं त्यांनी सांगितल्याने त्यांना मार्शल सुरक्षा पुरवण्यात आली.

विधानसभेत विश्वास प्रस्ताव येण्यापूर्वी विधानसभा अध्यक्ष गुजराती यांनी सात आमदारांना अयोग्य घोषित केलं. यापैकी पाच आमदार राष्ट्रवादीचे, एक जनता दल सेक्युलरचा आणि एक अपक्ष होता. विधानसभेच्या जागा कमी होऊन २८८ ऐवजी २८१ झाल्या. याव्यतिरिक्त, शेकापच्या पाच आमदारांनी मतदानात भाग न घेण्याचा निर्णय घेतला. या सगळ्यामुळे बहुमताचा जादुई आकडा १३८वर स्थिरावला. विलासराव देशमुख यांनी विश्वास प्रस्ताव जिंकला. त्यांच्या समर्थनार्थ १४३ तर विरोधात १३३ मतं पडली. सरकार वाचलं आणि राणे यांनी पुन्हा एकदा मुख्यमंत्री होण्याची संधी गमावली.

राणेंचं म्हणणं होतं की, हे ऑपरेशन असफल होण्यामागे उद्धव ठाकरे आणि गोपीनाथ मुंडे यांचा हात होता. सुरुवातीला, बाळासाहेब ठाकरे यांनी या ऑपरेशनचं समर्थन केलं असलं, तरी एकदा उद्धव ठाकरे मातोश्री स्पोर्ट्स क्लबमध्ये गेले असताना नारायण राणे त्यांच्या स्वागताला पुढे न आल्याने उद्धव खूप नाराज झाले.

विधानसभेच्या बातम्या बाहेर पडताच सेना आणि राष्ट्रवादीच्या कार्यकर्त्यांमध्ये हाणामारी सुरू झाली. मंत्रालयासमोर, ऐन रस्त्यातच दोन्ही पक्षांचे कार्यकर्ते एकमेकांवर दगडफेक करू लागले. पोलिसांना लाठीमार करावा लागला आणि शेवटी तर अश्रुधुराचा प्रयोग करावा लागला.

राणेंचं म्हणणं होतं की, हे ऑपरेशन असफल होण्यामागे उद्धव ठाकरे आणि गोपीनाथ मुंडे यांचा हात होता. सुरुवातीला, बाळासाहेब ठाकरे यांनी या ऑपरेशनचं समर्थन केलं असलं, तरी एकदा उद्धव ठाकरे मातोश्री स्पोर्ट्स क्लबमध्ये गेले असताना नारायण राणे त्यांच्या

स्वागताला पुढे न आल्याने उद्धव खूप नाराज झाले. राणे यांना शंका होती की, उद्धव यांनी बाळासाहेबांचे कान भरले असावेत आणि त्यानंतर बाळासाहेबांनी त्या ऑपरेशनला पाठिंबा देणं बंद केलं असावं. राणे यांना गोपीनाथ मुंडेंवरही संशय होता. स्वतः मुख्यमंत्री होण्याची गोपीनाथ मुंडे यांची महत्त्वाकांक्षा असल्याने राणे मुख्यमंत्री झालेले त्यांना नको होते, असंही राणे यांना वाटत होतं. वरकरणी गोपीनाथ मुंडे जरी ऑपरेशनचं समर्थन करत असले तरी, आतून ते त्याविरुद्ध कार्य करत असल्याची दाट शंका राणे यांना होती. तसेही, मुंडे दुसऱ्या पक्षाचे सदस्य होते. आपल्या पार्टीच्या उद्धव यांनी आपल्याला साथ दिली नाही, ही बाब राणे यांना खूप डाचत होती.

राणे आणि उद्धव यांच्यातली दरी वाढू लागली. बाळासाहेब ठाकरे यांनी २००३मध्ये जेव्हा उद्धव यांना आपला राजकीय वारसदार म्हणून घोषित करत पक्ष कार्याध्यक्ष केलं, तेव्हा तर कडवटपणा शिगेला पोहोचला. आता राणे यांचं पक्षात काही चालेना. महत्त्वाच्या बैठकींना त्यांना वगळण्यात येऊ लागलं. त्यांच्या निकटवर्तीयांना ना निवडणुकीचं तिकीट दिलं जात होतं, ना संघटनेत एखादं पद.

राणे आणि उद्धव यांच्यातली दरी वाढू लागली. बाळासाहेब ठाकरे यांनी २००३मध्ये जेव्हा उद्धव यांना आपला राजकीय वारसदार म्हणून घोषित करत पक्ष कार्याध्यक्ष केलं, तेव्हा तर कडवटपणा शिगेला पोहोचला. आता राणे यांचं पक्षात काही चालेना. महत्त्वाच्या बैठकींना त्यांना वगळण्यात येऊ लागलं. त्यांच्या निकटवर्तीयांना ना निवडणुकीचं तिकीट दिलं जात होतं, ना संघटनेत एखादं पद. त्यांनी एखादी सभा आयोजित केली की, मातोश्रीतून नेत्यांना फोन जाऊन राणेंच्या कार्यक्रमाला हजर न राहण्याचे आदेश दिले जात. त्यांनी पक्षाची बैठक बोलावली तर कुणी नेता तिथे हजर राहत नसे. शिवसेनेतलं आपलं सामर्थ्य संपवण्याचा कट केला जात असल्याचं राणे यांना जाणवू लागलं. बाळासाहेब ठाकरे यांना राणे अजूनही तितकेच प्रिय होते; परंतु उद्धव यांच्यासमोर त्यांचं काही एक चालत नव्हतं. 'नो होल्ड्स बार्ड...' या आत्मकथेत राणे यांनी लिहिलं आहे की, बाळासाहेब आणि उद्धव यांच्यात अनेकदा वादावादी होई.

एकदा तर उद्धव यांनी बाळासाहेबांना धमकीसुद्धा दिली होती, एक तर राणे पक्षात राहतील, नाहीतर मी माझ्या कुटुंबाबरोबर मातोश्री सोडून जाईन.

सरतेशेवटी, राणे यांनी बंडाचं निशाण उभारलं. उद्धव यांनी २००४ सालच्या विधानसभा निवडणुकीची तिकिटं दिलेले बहुतेक उमेदवार जेव्हा हरले तेव्हा राणे यांना राहवलं नाही. एप्रिल २००५मध्ये मुंबईत एका जाहीर सभेत त्यांनी उघडपणे उद्धव यांची निंदा करत म्हटलं की, त्यांच्यापायी पक्षाचा सत्यानाश होत आहे. बाळासाहेबांच्या कल्पनेतली शिवसेना आता राहिली नाही, असंही ते म्हणाले. पक्षाच्या निवडणुकीच्या जागा विकल्या जात असून, सगळा सौदा उद्धव यांचे स्वीय सचिव मिलिंद नार्वेकर यांच्यामार्फत होत असल्याचा ढळढळीत आरोपही त्यांनी केला. राणे यांच्या अशा उघड आरोपांनंतर शिवसेनेने त्यांना पक्षाबाहेर केलं. राणेंच्या म्हणण्यानुसार, त्यांनी त्यापूर्वीच पक्षाचा आणि आमदारकीचा राजीनामा बाळासाहेबांना सादर केला होता. शिवसेना सोडून राणे यांनी काँग्रेसमध्ये प्रवेश केला.

सरतेशेवटी, राणे यांनी बंडाचं निशाण उभारलं. उद्धव यांनी २००४ सालच्या विधानसभा निवडणुकीची तिकिटं दिलेले बहुतेक उमेदवार जेव्हा हरले तेव्हा राणे यांना राहवलं नाही. एप्रिल २००५मध्ये मुंबईत एका जाहीर सभेत त्यांनी उघडपणे उद्धव यांची निंदा करत म्हटलं की, त्यांच्यापायी पक्षाचा सत्यानाश होत आहे. बाळासाहेबांच्या कल्पनेतली शिवसेना आता राहिली नाही, असंही ते म्हणाले.

२००५ - राज ठाकरे यांची बंडखोरी

तो दिसतो बाळासाहेबांप्रमाणेच, तसाच बोलतो, तसाच आक्रमक आहे, त्यांच्याप्रमाणेच तोही कार्टून काढतो. ते ठाकरे आहेत तसा तोही 'ठाकरेच, राज ठाकरे!' शिवसेनेत तिसरी मोठी बंडखोरी त्याने केली.

बाळासाहेबांचा पुतण्या राजने १९८८मध्ये राजकारणात प्रवेश केला. पक्षाच्या सभांमध्ये उद्धव जरी बाळासाहेब आणि राज यांच्याबरोबर जात असले, तरी ते फोटो काढण्यात मग्न असत. पुढे, १९९२नंतर राजकारणात सक्रिय होत उद्धवनेसुद्धा शिवसेनेसाठी कामं करायला

बाळासाहेबांचा पुतण्या राजने १९८८मध्ये राजकारणात प्रवेश केला. पक्षाच्या सभांमध्ये उद्धव जरी बाळासाहेब आणि राज यांच्याबरोबर जात असले, तरी ते फोटो काढण्यात मग्न असत. पुढे, १९९२नंतर राजकारणात सक्रिय होत उद्धवनेसुद्धा शिवसेनेसाठी कामं करायला सुरुवात केली.

सुरुवात केली. उद्धव शालीन आणि शांत स्वभावाचे होते, तर राजना थाटमाट प्रिय होता. काका बाळासाहेबांप्रमाणेच ते गरम डोक्याचे होते. भारतीय विद्यार्थी सेना या शिवसेनेच्या विद्यार्थी संघटनेचं नेतृत्व त्यांच्यावर सोपवण्यात आलं. मराठी युवकांना रोजगार मिळावा म्हणून उभारण्यात आलेल्या शिव-उद्योगसेनेचं प्रभारी पद त्यांना देण्यात आलं. याच शिव-उद्योगसेनेने १९९५मध्ये पॉपस्टार मायकेल जॅक्सनला मुंबईत शो करण्यासाठी आमंत्रित केलं.

राज यांचा स्वभाव आणि बाळासाहेबांच्या व्यक्तिमत्त्वाशी असणारं साम्य लक्षात घेता बाळासाहेबांचे राजकीय वारस तेच असणार असा साऱ्यांचा कयास होता... पण, अशातच अशी एक घटना घडली ज्याने राज ठाकरे यांच्या राजकीय कारकिर्दीचं अतोनात नुकसान झालं. रमेश किणी नावाच्या एका व्यक्तीचा संशयास्पद मृत्यू झाला. मुंबईच्या दादरमध्ये राहणारे रमेश किणी पुण्याला एका सिनेमागृहात २३ जुलै, १९९६ रोजी मृतावस्थेत आढळले. त्यांची पत्नी शीलाने आरोप केला की, आपल्या पतीला 'सामना'च्या कार्यालयात बोलावण्यात आलं होतं. त्या काळात, राज ठाकरे रोजच तिथे जात. शीला आणि रमेश किणी ज्या भाड्याच्या घरात राहत होते ते रिकामं करून देण्याची जबरदस्ती त्यांच्यावर करण्यात येत होती. घरमालक त्यासाठी राज ठाकरेंमार्फत किणी पती-पत्नीवर मानसिक दबाव आणत होता. या संदर्भात राज ठाकरे यांच्या मर्जीतल्या आशुतोष राणा यांना पोलिसांनी अटक केली. विरोधी पक्षाने हा मुद्दा उचलून धरला. मुंबई उच्च न्यायालयाने दिलेल्या आदेशानंतर सीबीआयकडे तपासाची सूत्रं सोपवण्यात आली. सीबीआयने तासन्तास राज ठाकरेंची चौकशी केली. काही दिवसांनी राज ठाकरे यांना जरी निर्दोष ठरवलं गेलं, तरी या प्रकरणात त्यांचं अतोनात राजकीय नुकसान झालं. अशातच, त्यांचे चुलत भाऊ उद्धव त्यांचे प्रतिस्पर्धी झाले आणि पक्षात त्यांचं वर्चस्वही दिवसेंदिवस

वाढू लागलं.

शेवटी, २००३ साली महाबळेश्वर इथे भरलेल्या एका अधिवेशनात उद्धव ठाकरे यांना कार्याध्यक्ष म्हणून घोषित करण्याचा प्रस्ताव राज ठाकरे यांच्यामार्फत सादर करण्यात आला. राजकीय वर्तुळात असं म्हटलं जातं की, हे सारं बाळासाहेबांच्या मर्जीनेच झालं.

शेवटी, २००३ साली महाबळेश्वर इथे भरलेल्या एका अधिवेशनात उद्धव ठाकरे यांना कार्याध्यक्ष म्हणून घोषित करण्याचा प्रस्ताव राज ठाकरे यांच्यामार्फत सादर करण्यात आला. राजकीय वर्तुळात असं म्हटलं जातं की, हे सारं बाळासाहेबांच्या मर्जीनेच झालं.

बाळासाहेबांनी पुत्रप्रेमापोटी हा निर्णय घेतल्याचंही अनेकांचं म्हणणं आहे.

राज ठाकरे पार्टीचे राजकीय वारसदार होता होता राहिले आणि त्यांच्यात आणि उद्धवमध्ये कुरबुरी सुरू झाल्या. उद्धव ठाकरेंकडून राज ठाकरेंच्या गटाला डावललं जाऊ लागलं. महानगरपालिका आणि विधानसभेच्या निवडणुकांत राज ठाकरेंच्या माणसांच्या वाट्याला फारशी तिकिटं येईनात. महत्त्वाचे निर्णय घेताना त्यांना वगळलं जाऊ लागलं. तिकडे, राजही कुरघोडी करण्याची संधी सोडत नव्हते. मुंबईत राहणाऱ्या तमाम भाषिकांशी जोडून घेण्यासाठी उद्धव यांनी 'मी मुंबईकर' अभियान सुरू केलं तर, राज ठाकरेंच्या कार्यकर्त्यांनी कल्याण रेल्वे स्टेशनवर रेल्वे भरतीसाठी आलेल्या उत्तर प्रदेश आणि बिहारच्या परीक्षार्थींना मारझोड केली.

राज ठाकरेंनी त्यांच्या 'कृष्णकुंज' या निवासस्थानी २७ नोव्हेंबर, २००५ रोजी समर्थकांची बैठक बोलावून शिवसेना सोडत असल्याचं जाहीर केलं. आताशा कारकून मंडळी शिवसेना चालवत असून आपल्याविरुद्ध बाळासाहेबांचे कान फुंकले जात आहेत, असं ते म्हणाले. मात्र, तेव्हाही त्यांचे काका बाळासाहेब हेच त्यांचं दैवत होते.

राज ठाकरेंनी त्यांच्या 'कृष्णकुंज' या निवासस्थानी २७ नोव्हेंबर, २००५ रोजी समर्थकांची बैठक बोलावून शिवसेना सोडत असल्याचं जाहीर केलं. आताशा कारकून मंडळी शिवसेना चालवत असून आपल्याविरुद्ध बाळासाहेबांचे कान फुंकले जात आहेत, असं ते म्हणाले. मात्र, तेव्हाही त्यांचे

काका बाळासाहेब हेच त्यांचं दैवत होते. दुसऱ्याच दिवशी 'सामना' वृत्तपत्रात जे संपादकीय छापून आलं त्यात राज यांच्यावर रोख ठेवून लिहिलं गेलं होतं, शिवसेना ही कुणाची खाजगी संपत्ती नाही. हिमालयाच्या सावलीत राहणाऱ्यांनी स्वतःला हिमालय समजू नये. शिवसेनेच्या पाठीत सुरा खुपसणाऱ्यांनी विचार करावा की, ते शिवसेनेत नसते तर कुठे असते. एकीकडे राज यांच्या विरोधात असे कटू शब्द लिहिले गेले, तर दुसरीकडे 'सामना'चे कार्यकारी संपादक संजय राऊत त्यांची समजूत काढायला त्यांच्या निवासस्थानी पोहोचले. घराबाहेर उभ्या असणाऱ्या राज समर्थकांनी राऊतांच्या गाडीची तोडफोड केली. या घटनेआधीच राज ठाकरे निवडणूक प्रचारासाठी कोकणात रवाना झाले होते; परंतु त्यांना संपवण्याचा डाव रचला जात असल्याचं कुणीतरी सांगितल्याने ते अर्ध्या वाटेतून परत आले.

त्यानंतर तीन आठवड्यांनी राज ठाकरेंनी महाराष्ट्र नवनिर्माण सेना (मनसे) या आपल्या नव्या पक्षाची घोषणा केली. वर्ष २००६च्या संस्थापना रॅलीमध्ये त्यांनी जाहीर केलं की, त्यांचा पक्ष समाजहितासाठी कार्य करेल आणि महाराष्ट्राला एक प्रगतिशील राज्य करेल. मात्र, शिवसेना स्थापन करताना ज्या प्रकारे काका बाळासाहेब ठाकरेंनी मराठीवाद आणि परप्रांतीयांना विरोध हे जे मुद्दे आपलेसे केले होते, तेच पुतण्यानेही स्वीकारले. शिवसेनेला निशाणा करत राज ठाकरे यांनी आरोप केला की, ती आता मराठी माणसाच्या हिताच्या गोष्टी करेनाशी झाली असून, मराठी माणसाचा खरा कैवार मनसेला आहे. महाराष्ट्रातल्या मुंबई, पुणे, कल्याण आणि नाशिकसारख्या शहरांत उत्तर प्रदेश आणि बिहारच्या लोकांवर मनसेच्या कार्यकर्त्यांनी

इकडे हे दंगे सुरू असताना तिकडे विलासराव देशमुखांच्या नेतृत्वाखाली महाराष्ट्राच्या काँग्रेस-राष्ट्रवादी सरकारने मनसेशी सौम्य वागणूक ठेवली. मनसेचा जितका जास्त विस्तार होईल तितकी काँग्रेसचा शत्रू असणाऱ्या शिवसेनेला मिळणारी मतं कमी होऊन सेनेचा प्रभावही कमी होईल हे देशमुख जाणून होते. तशा तर मनसेला १३ जागा मिळाल्या; पण इतर अनेक जागांवर त्यांचे उमेदवार उभे राहिल्यामुळे सेनेला कमी मतं पडली आणि सेनेचे उमेदवार हरले.

हल्ले केले. या प्रकरणात काही लोकांचा मृत्यूही झाला. हजारो उत्तर भारतीयांनी पलायन केलं.

इकडे हे दंगे सुरू असताना तिकडे विलासराव देशमुखांच्या नेतृत्वाखाली महाराष्ट्राच्या काँग्रेस-राष्ट्रवादी सरकारने मनसेशी सौम्य वागणूक ठेवली. मनसेचा जितका जास्त विस्तार होईल तितकी काँग्रेसचा शत्रू असणाऱ्या शिवसेनेला मिळणारी मतं कमी होऊन सेनेचा प्रभावही कमी होईल हे देशमुख जाणून होते. तशा तर मनसेला १३ जागा मिळाल्या; पण इतर अनेक जागांवर त्यांचे उमेदवार उभे राहिल्यामुळे सेनेला कमी मतं पडली आणि सेनेचे उमेदवार हरले. शिवसेनेचा तिच्या बालेकिल्ल्यात पराभव होणं ही मोठ्या नामुष्कीची गोष्ट होती. ज्या माहीम विधानसभा क्षेत्रात सेनेचं सेनाभवन आहे, तिथली जागा मनसेला मिळाली. काँग्रेस-राष्ट्रवादीला शिवसेनेची मतं विखुरण्याचा लाभ मिळाला आणि ती युती पुन्हा सत्तेत आली. एखादी घटना घडताच आवेशात येऊन त्याबद्दल हिरिरीने निष्कर्ष काढत आत्मविश्वासाने भाकीत करण्याची हौस अनेक राजकीय अभ्यासकांना असते. २००९च्या निवडणूक निकालांनंतर शिवसेनेचं अस्तित्व संकटात सापडलं असून, भविष्यात मनसे हीच खरी शिवसेना असल्याची चर्चा राजकीय वर्तुळात रंगू लागली.

२०२२ - एकनाथ शिंदेंची बंडखोरी

आजवर शिवसेनेत बंडखोरी करणाऱ्या नेत्यांची प्रतिमा कट्टर शिवसैनिक अशी होती. पक्षाच्या विस्तारात त्या प्रत्येकाने मोलाची भूमिका बजावली होती. ते सर्व बाळासाहेबांचे निष्ठावंत पाईक होते. बंडखोरी करूनसुद्धा बाळासाहेबांप्रति त्या प्रत्येकाच्या मनात आदर कायम होता. याच साखळीत पुढची कडी होती एकनाथ शिंदे यांची. २०१९च्या राजकीय नाट्यानंतर शिंदे यांनी पक्षाच्या आमदारांना

आजवर शिवसेनेत बंडखोरी करणाऱ्या नेत्यांची प्रतिमा कट्टर शिवसैनिक अशी होती. पक्षाच्या विस्तारात त्या प्रत्येकाने मोलाची भूमिका बजावली होती. ते सर्व बाळासाहेबांचे निष्ठावंत पाईक होते. बंडखोरी करूनसुद्धा बाळासाहेबांप्रति त्या प्रत्येकाच्या मनात आदर कायम होता. याच साखळीत पुढची कडी होती एकनाथ शिंदे यांची.

भाजपच्या पळवापळवीला बळी पडू न देता सरकार स्थापन करण्यासाठी आपली संपूर्ण ताकद पणाला लावली. हे सगळं लक्षात घेता, तेच शिंदे शिवसेनेला असा डंख मारतील आणि शिवसेना आपल्या कबजात असल्याचा दावा करतील असा विचारही कुणाच्या मनात आला नसेल.

एकनाथ शिंदे यांचा राजकीय प्रवास हा चढ-उतारांचा होता. ठाणे शहरातल्या किसाननगर भागातल्या मराठीबहुल वस्तीत एका साधारणशा चाळीत ते आपल्या परिवारासमवेत राहत होते. त्यांच्या वडिलांनी महानगरपालिकेच्या शाळेत त्यांचं नाव तर घातलं; पण घरची परिस्थिती इतकी हलाखीची होती की, त्यांना मध्येच शाळा सोडावी लागली. कधी ऑटो रिक्षा चालवून तर कधी मोलमजुरी करून ते घर चालवण्याचा आटोकाट प्रयत्न करत होते. अशातच, मित्रांच्या नादाने ते राष्ट्रीय स्वयंसेवक संघाशी जोडले गेले. त्यांच्या भागातल्या एका हिंदूने धर्मांतर करून मुस्लीम धर्म स्वीकारला तेव्हा मोठाच प्रश्न उद्‌भवला. त्याला पुन्हा हिंदू धर्मात घेण्यासाठी काही लोक शिवसेनेचे ठाण्याचे प्रभारी आनंद दिघे यांना जाऊन भेटले. त्यात शिंदेसुद्धा होते. चर्चेदरम्यान दिघे यांनी शिंदेंचे सुप्त नेतृत्व गुण आणि साहसी स्वभाव अचूक हेरला. शिंदे यांना शिवसेना शाखाप्रमुख करण्याचा प्रस्ताव मांडत दिघे यांनी त्यांना हेही सांगितलं की, अनेक अपराध डोक्यावर घ्यावे लागतात, गुंडागर्दीचे आरोप होतात, त्यामुळे शाखाप्रमुख होणं हे डोक्यावर काटेरी मुकुट चढवण्यासारखं आहे.

एकनाथ शिंदे यांचा राजकीय प्रवास हा चढ-उतारांचा होता. ठाणे शहरातल्या किसाननगर भागातल्या मराठीबहुल वस्तीत एका साधारणशा चाळीत ते आपल्या परिवारासमवेत राहत होते. त्यांच्या वडिलांनी महानगरपालिकेच्या शाळेत त्यांचं नाव तर घातलं; पण घरची परिस्थिती इतकी हलाखीची होती की, त्यांना मध्येच शाळा सोडावी लागली.

आनंद दिघे यांचा शिवसेनेत काही वेगळाच दरारा होता. त्यांचं पद बाळासाहेब ठाकरेंच्या खालोखाल असलं, तरी त्यांना बाळासाहेबांइतकाच सन्मान मिळत होता. ते बाळासाहेबांना आपला नेता न मानता गुरू मानत होते. ठाकरेसुद्धा दिघे यांच्या कुठल्याही शब्दाला नाकारत नसत.

ठाण्याच्या महापौर निवडणुकीत एकदा सेनेच्या एका नगरसेवकाने क्रॉस व्होटिंग केलं. त्याने केलेल्या द्रोहापायी संतापलेल्या दिघे यांनी त्याची हत्या केल्याचा आरोप त्यांच्यावर आला. या घटनेपासून त्यांना 'धर्मवीर' असं म्हटलं जाऊ लागलं. हळूहळू शिंदे हे दिघे यांचे सगळ्यात खास झाले.

एकनाथ शिंदेंच्या जीवनात २००० साली घडलेल्या एका घटनेने त्यांचा परिवार विखुरला. साताऱ्यात जाताना त्यांचा ११ वर्षांचा मुलगा दिपेश आणि सात वर्षांची मुलगी शुभदा ज्या नावेतून जात होते, ती नाव उलटून शिंदेंच्या डोळ्यांदेखत त्या दोघांना जलसमाधी मिळाली. ह्या घटनेनंतर शिंदे यांनी स्वतःला घरात कोंडून घेतलं. त्यांना जगण्याची इच्छा उरली नाही. परंतु, घरात पत्नी, श्रीकांत नावाचा मुलगा आणि वयस्कर आई-वडील होते. ते सगळे शिंदेंवर अवलंबून होते. इथून पुढे केवळ त्यांच्यासाठी जगायचं, असं शिंदे यांनी ठरवलं. अशातच आनंद दिघे त्यांना भेटायला आले. शिंदेंचं सांत्वन करत त्यांना धीरही दिला. स्वतःचे अश्रू पुसून इतरांचे अश्रू टिपायचं काम करा, गरजवंतांना मदत करा, असं समजावलं. दिघेंनीच त्यांना ठाणे महानगरपालिकेच्या सभागृहाचा नेता केलं. संतती गमावल्याच्या दुःखातून बाहेर येण्यासाठी शिंदे यांनी स्वतःला व्यग्र ठेवावं, अशी दिघे यांची इच्छा होती.

एकनाथ शिंदेंच्या जीवनात २००० साली घडलेल्या एका घटनेने त्यांचा परिवार विखुरला. साताऱ्यात जाताना त्यांचा ११ वर्षांचा मुलगा दिपेश आणि सात वर्षांची मुलगी शुभदा ज्या नावेतून जात होते, ती नाव उलटून शिंदेंच्या डोळ्यांदेखत त्या दोघांना जलसमाधी मिळाली. ह्या घटनेनंतर शिंदे यांनी स्वतःला घरात कोंडून घेतलं.

दिघेंचा सल्ला मनावर घेत शिंदे यांनी स्वतःला सामाजिक आणि राजकीय कामांत झोकून दिलं. ठाणे नगरपालिकेतल्या त्यांच्या कार्यालयात रात्री ११-१२पर्यंतसुद्धा गर्दी असे. शिंदे स्वतः सेनेत असले तरी पक्षाने ज्यांना शत्रू मानलं होतं, ज्यांच्याविरुद्ध मोहीम उघडली होती, अशांशी ते कधी शत्रुत्वाने वागले नाहीत. शिवसेनेकडून जेव्हा उत्तर भारतीयांविरुद्ध हिंसाचार माजला तेव्हासुद्धा ठाण्यात त्यांनी कोणाही उत्तर भारतीयाला

गुरू आनंद दिघे यांचा २००१साली मृत्यू झाला, तेव्हा शिंदे यांना पुन्हा एकदा अतोनात धक्का बसला. ऑगस्ट महिन्यात गाडीला झालेल्या अपघातात दिघे जखमी झाले. त्यांना सिंघानिया हॉस्पिटलमध्ये दाखल करण्यात आलं. काही दिवसांनी, हॉस्पिटलमध्ये उपचार सुरू असताना हृदयविकाराचा झटका येऊन त्यांचा मृत्यू झाला. दिघे यांच्या मृत्यूमागे कुणाचातरी हात असल्याची शंका ठाणे शिवसैनिकांना आली.

असुरक्षित वाटू दिलं नाही. त्यांनी दाखवलेल्या आपलेपणाबद्दल ठाण्यातले कित्येक उत्तर भारतीय त्यांच्या ऋणात आहेत. सेनेने जेव्हा मुसलमानांना निशाण्यावर ठेवलं तेव्हाही शिंदे यांनी ठाण्यातल्या मुसलमानांना त्या हिंसाचाराची झळ पोहोचू दिली नाही. तिथले मुसलमान मोठ्या सन्मानाने त्यांचा उल्लेख करतात. त्या विभागातल्या काही हॉटेल्समध्ये चालणाऱ्या वेश्याव्यवसायाविरुद्ध त्यांनी बराच आक्रमक पवित्र घेतल्याने त्यांच्यावर अनेक गुन्हे दाखल झाले. कोरोना काळात अनेक गरीब कुटुंबांकडे हॉस्पिटलची बिलं भरायला पैसे नव्हते. शिंदे यांनी त्यांच्या उपचाराचा खर्च उचलला. अनेक मृतांचे अंतिम संस्कार पार पाडले. केरळात २०१९मध्ये आलेल्या भीषण महापुरानंतर स्व-खर्चाने तिथे डॉक्टरांची टीम, अन्नधान्य आणि आवश्यक औषधं घेऊन ते स्वतः पूरग्रस्त भागात पोहोचले. 'गरिबांच्या मदतीला सदैव तत्पर असणारे रॉबिनहूड' अशी त्यांची ठाण्यात प्रतिमा निर्माण झाली.

गुरू आनंद दिघे यांचा २००१साली मृत्यू झाला, तेव्हा शिंदे यांना पुन्हा एकदा अतोनात धक्का बसला. ऑगस्ट महिन्यात गाडीला झालेल्या अपघातात दिघे जखमी झाले. त्यांना सिंघानिया हॉस्पिटलमध्ये दाखल करण्यात आलं. काही दिवसांनी, हॉस्पिटलमध्ये उपचार सुरू असताना हृदयविकाराचा झटका येऊन त्यांचा मृत्यू झाला. दिघे यांच्या मृत्यूमागे कुणाचातरी हात असल्याची शंका ठाणे शिवसैनिकांना आली. संतापाच्या भरात त्यांनी हॉस्पिटल जाळलं, डॉक्टरांना आणि पत्रकारांना मारहाण केली, अनेक वाहनं जाळली. या प्रकरणी ठाणे पोलिसांनी किमान दीडशे लोकांना अटक केली. दिघेंवरच्या प्रेमापोटी हे सगळं त्या लोकांकडून झालं असं सांगत शिंदे यांनी त्या सगळ्यांना सोडवण्यासाठी

कायदेशीर मदत केली.

वर्ष २००४मध्ये शिंदे पहिल्यांदा विधानसभा निवडणुकीला उभे राहिले. त्यानंतर ते सतत निवडणुका लढत आले आहेत, जिंकत आले आहेत. ते ठाण्याचे आमदार असले, तरी शिवसेनेत त्यांचा चांगलाच दबदबा आहे. केवळ ठाण्यातच त्यांचा प्रभाव नसून, शेजारच्या पालघर, नाशिक, रायगड, दक्षिण-पश्चिम महाराष्ट्र, कोकण आणि मराठवाड्यातल्या काही भागांतही त्यांचा उत्तम प्रभाव आहे. ते खऱ्या अर्थाने जनतेला आधार देणारे नेते असल्याचं म्हटलं जातं. तन-मन-धनाने स्वतःला पक्षासाठी समर्पित करणारे ते शिवसैनिक असल्याचं मानलं जातं. त्यांचा मुलगा श्रीकांत हा २०१९मध्ये कल्याणहून खासदार म्हणून निवडून आला.

वर्ष २००४मध्ये शिंदे पहिल्यांदा विधानसभा निवडणुकीला उभे राहिले. त्यानंतर ते सतत निवडणुका लढत आले आहेत, जिंकत आले आहेत. ते ठाण्याचे आमदार असले, तरी शिवसेनेत त्यांचा चांगलाच दबदबा आहे. केवळ ठाण्यातच त्यांचा प्रभाव नसून, शेजारच्या पालघर, नाशिक, रायगड, दक्षिण-पश्चिम महाराष्ट्र, कोकण आणि मराठवाड्यातल्या काही भागांतही त्यांचा उत्तम प्रभाव आहे.

या चार बंडखोरांव्यतिरिक्त शिवसेनेच्या इतिहासात संजय निरुपम, गणेश नाईक आणि मोहन रावले यांच्या पक्षत्यागासारखी इतरही छोटी-मोठी अनेक बंडं झाली; मात्र एकनाथ शिंदेंच्या बंडखोरीमुळे झालेली हानी तुलनेत जास्त म्हणावी लागेल. 'द्रोह्याला क्षमा नाही,' असं ब्रीदवाक्य असणाऱ्या आनंद दिघे यांच्या शिष्यावर बंडखोरी करण्याची वेळच मुळात का यावी, हा प्रश्न राजकीय वर्तुळात वारंवार विचारला जात आहे.

◆

५

का झाली बंडखोरी?

जे समोर दिसतं, ते राजकारण नसून, जे पडद्याआड घडतं ते खरं राजकारण असं म्हटलं जातं. जनतेला निव्वळ देखावा दिसतो. पडद्याआड काही वेगळाच खेळ रंगतो. एखाद्या घटनेनंतर अल्पावधीत तो खेळ एकतर शोध पत्रकारांकडून उघड होतो किंवा भावनेच्या भरात काही खेळाडू खरं बोलून बसतात. शिवसेनेने हिंदुत्वाकडे पाठ फिरवली आहे, ती आता बाळासाहेबांनी आखलेल्या मार्गावर चालेनाशी झाली आहे, राष्ट्रवादी आणि काँग्रेससारख्या विरोधी विचारधारा असणाऱ्या पक्षांशी सेनेने विजोड युतीही केली आहे; म्हणून आपण बंड करत असल्याचं एकनाथ शिंदे यांनी सांगितलं. जनतेला सांगायला ही कारणं ठीक होती; पण प्रत्यक्षात मात्र याहून बरीच भिन्न आणि पेचात पाडणारी परिस्थिती होती. महाविकास आघाडीच्या अडीच वर्षांच्या कार्यकाळात अशा अनेक गोष्टी घडल्या होत्या ज्यापायी कणाकणाने शिवसेनेचे दोन भाग होण्याची वेळ समीप आली.

एकनाथ शिंदे मुख्यमंत्री होता होता राहिले होते

आपल्याला पदाची लालसा नाही, असं शिंदे यांनी जरी म्हटलं होतं, तरी मुख्यमंत्री हे सामर्थ्यशाली पद हातातून निसटल्याने थोडीबहुत कटुता नक्कीच येऊ शकते. नोव्हेंबर २०१९मध्ये शिंदेंनाही असंच काही जाणवलं असणार. निवडणुकीचे निकाल हाती आल्यावर मुख्यमंत्र्यांच्या खुर्चीवर नक्की कुणी बसायचं या प्रश्नावरून भाजपशी फारकत घेत सेना बाजूला झाल्यानंतर महाविकास आघाडी सरकारमध्ये मुख्यमंत्री

सेनेचा असेल, असं ठरलं, तेव्हा उद्धव ठाकरे शिंदेंच्या नावाची घोषणा करतील असं स्वतः शिंदे आणि त्यांच्या निकटवर्तीयांना वाटलं. अशी आशा ठेवणं हे काही तर्काला सोडून नव्हतं. शिवसेनेत शिंदे यांच्या तोडीचे कुणी दुसरे आमदार नव्हतेच. एकनाथ शिंदेंना लोकांची साथ होती, पैशाचं पाठबळ होतं, शिवाय महाराष्ट्राच्या विस्तृत भागात त्यांच्या कार्यकर्त्यांचं जबरदस्त जाळं (नेटवर्क) होतं. स्वखर्चाने ते समाजसेवेच्या प्रत्येक कार्यात अंग झोकून देत होते. सातत्याने चार वेळा ते ठाणे मतदारसंघातून आमदार म्हणून निवडून आले होते. गेली तीस वर्षं शिवसेनेशी जोडलेले असल्याने त्यांना प्रत्येक पदावर काम करण्याचा अनुभव होता. शिवसेना भवनात झालेल्या बैठकीत त्यांची निवड आमदार गट नेते म्हणून झाल्याने तर मुख्यमंत्री होण्याची आशा त्यांना अधिक प्रकर्षाने वाटू लागली.

शिवसेनेचे दिवंगत प्रमुख बाळासाहेब ठाकरे यांनी सरकारमध्ये कधीही सहभागी न होण्याची शपथ घेतली होती. त्यांच्या हयातीत, १९९५मध्ये शिवसेनेला जेव्हा सरकार स्थापण्याची संधी मिळाली तेव्हाही रिमोट कन्ट्रोलने सरकार चालवू.

शिवसेनेचे दिवंगत प्रमुख बाळासाहेब ठाकरे यांनी सरकारमध्ये कधीही सहभागी न होण्याची शपथ घेतली होती. त्यांच्या हयातीत, १९९५मध्ये शिवसेनेला जेव्हा सरकार स्थापण्याची संधी मिळाली तेव्हाही रिमोट कन्ट्रोलने सरकार चालवून स्वतः सरकारबाहेर राहण्याचा आपला निर्णय त्यांनी कायम राखत मनोहर जोशींना मुख्यमंत्री केलं. वडिलांच्या पावलावर पाऊल टाकत उद्धवसुद्धा असंच करतील असं सगळ्यांना वाटलं; पण प्रत्यक्षात घडलं ते वेगळंच. सरकार स्थापन करण्यासाठी काँग्रेसचं समर्थन मागायला शरद पवार जेव्हा दिल्लीत सोनिया गांधींना भेटले, तेव्हा उद्धव यांना मुख्यमंत्री केलं तरच आपण पाठिंबा देऊ, असं सोनिया गांधींनी सांगितलं. इकडे, उद्धव यांना ते पद स्वीकारण्यासाठी त्यांच्या पत्नीने आणि मुलाने तयार केलं. त्यामुळेच, उद्धव मुख्यमंत्री झाले, शिंदे यांची संधी हुकली.

मंत्रालयात इतरांचा हस्तक्षेप

महाविकास आघाडीने सरकार स्थापन केल्यावर शिवसेनेच्या वाट्याला आलेल्या मोजक्या खात्यांपैकी एक होतं नगरविकास मंत्रालय. सर्वसाधारणपणे, हे खातं मुख्यमंत्री स्वतःकडेच ठेवतात. या खात्यांतर्गत राज्यातल्या सर्व नगरपालिका, महानगरपालिका आणि नगरविकास विभाग येतात. हे मंत्रालय उद्धव यांनी एकनाथ शिंदे यांना दिलं. त्यानुसार, एकनाथ शिंदे नगरविकासमंत्री झाले खरे; पण त्यांच्या विभागात सातत्याने ढवळाढवळ केली जात असून, मंत्री म्हणून त्यांना प्राप्त झालेल्या अधिकारांची पायमल्ली होत असल्याचं त्यांच्या लक्षात येत होतं.

शिंदेंच्या निकटवर्तीयांनुसार आदित्य ठाकरे पर्यावरण आणि पर्यटनमंत्री होते; मात्र शिंदेंच्या मंत्रालयात त्यांनी अघोषित अधिकार दाखवायला सुरुवात केली होती. मुंबई महानगर प्रदेश विकास प्राधिकरण (एमएमआरडीए) सारख्या नगरविकास संस्थांच्या ज्या बैठकी शिंदे यांनी घ्यायला हव्या होत्या, त्या अनेकदा आदित्य ठाकरे घेत होते. त्यांच्या विभागाचे सर्व निर्णय आदित्य ठाकरेंकडून घेतले जात होते. शिंदेंकडे फायली केवळ सह्यांसाठी येऊ लागल्या होत्या.

शिंदेंच्या निकटवर्तीयांनुसार आदित्य ठाकरे पर्यावरण आणि पर्यटनमंत्री होते; मात्र शिंदेंच्या मंत्रालयात त्यांनी अघोषित अधिकार दाखवायला सुरुवात केली होती. मुंबई महानगर प्रदेश विकास प्राधिकरण (एमएमआरडीए) सारख्या नगरविकास संस्थांच्या ज्या बैठकी शिंदे यांनी घ्यायला हव्या होत्या, त्या अनेकदा आदित्य ठाकरे घेत होते. त्यांच्या विभागाचे सर्व निर्णय आदित्य ठाकरेंकडून घेतले जात होते. शिंदेंकडे फायली केवळ सह्यांसाठी येऊ लागल्या होत्या. मंत्रालयाशी निगडित तमाम प्रकल्पांसंदर्भात आदित्य ठाकरेच विचारविमर्श करत होते. तसं पाहायला गेलं, तर आदित्य हे समांतर नगरविकास मंत्रीच झाले होते. तिरूमल तिरुपती देवस्थान ट्रस्टला नवी मुंबईत मंदिर बांधण्यासाठी जमीन हवी होती, तेव्हाही याची प्रचिती आली. एप्रिलच्या शेवटच्या आठवड्यात सर्व वृत्तपत्रांत छापून आलेल्या फोटोंमध्ये मंदिर अधिकाऱ्यांच्या हातात

कागदपत्रं सोपवताना आदित्य ठाकरेच दिसले. फोटोत त्यांच्याबरोबर पक्ष सचिव मिलिंद नार्वेकरसुद्धा दिसत होते. सरकारी जमीन एखाद्या ट्रस्टला देण्याचा निर्णय हा नगरविकास मंत्रालयाच्या अखत्यारीत येतो. असं असताना, नेमके नगरविकास मंत्रीच फोटोत का बरं नसावेत हा एक प्रश्नच होता. जमीन देण्याचा निर्णय आदित्य यांनी घेतला आणि शिंदेंच्या सहीसाठी त्यांच्याकडे फाइल पाठवण्यात आली, असं सांगितलं जातं.

'इकबाल सिंह चहल - कोविड वॉरिअर' या महानगरपालिका आयुक्तांनी कोविड काळात केलेल्या कामगिरीवर आधारित पुस्तक प्रकाशनादरम्यान समोर आलं. पुस्तकाच्या लोकार्पण सोहळ्यात मंचावर लेखक मिनाज मर्चंट, स्वतः चहल, उद्धव ठाकरे, रश्मी ठाकरे आणि आदित्य ठाकरे उपस्थित होते; परंतु शिंदे ना मंचावर होते, ना सभागृहात.

असंच दुसरं उदाहरण 'इकबाल सिंह चहल - कोविड वॉरिअर' या महानगरपालिका आयुक्तांनी कोविड काळात केलेल्या कामगिरीवर आधारित पुस्तक प्रकाशनादरम्यान समोर आलं. पुस्तकाच्या लोकार्पण सोहळ्यात मंचावर लेखक मिनाज मर्चंट, स्वतः चहल, उद्धव ठाकरे, रश्मी ठाकरे आणि आदित्य ठाकरे उपस्थित होते; परंतु शिंदे ना मंचावर होते, ना सभागृहात. शिंदेंच्या समर्थकांनुसार, ही सगळी शिंदे यांना पद्धतशीरपणे डावलण्याची योजना होती. प्रत्यक्षात हकिकत काही वेगळीच होती. शिंदे शहराबाहेर असल्याने उपस्थित राहू शकले नाहीत, असं चहल यांनी या पुस्तकाच्या लेखकाला सांगितलं.

आदित्य यांची नियुक्ती शहराचे प्रभारी मंत्री म्हणून झालेली असल्याने मुंबईच्या सर्व विकास आणि नागरी सेवांशी निगडित यंत्रणांमध्ये त्यांना असलेली रुची वाजवी असल्याचं त्यांच्या समर्थकांचं मत होतं. परंतु, ज्या तऱ्हेने ते या सगळ्या यंत्रणांवर वर्चस्व गाजवत होते, ते पाहता, मंत्री म्हणून शिंदे यांना ते अतिक्रमण वाटलं.

आदित्य यांच्या जोडीने राष्ट्रवादीकडून केल्या जाणाऱ्या हस्तक्षेपामुळेसुद्धा शिंदे बेजार होते. उपमुख्यमंत्री अजित पवार यांनी सिडकोच्या गृहनिर्माण योजनेच्या काही अधिकाऱ्यांची बैठक बोलावली, हे शिंदेंच्या कंपूला सहन झालं नाही.

राष्ट्रवादीचा दबदबा

बंडखोरी करण्यासाठी शिंदेंकडे ठोस कारण असलं, तरी इतर आमदारांनीसुद्धा इतक्या मोठ्या प्रमाणात बंडखोरी का करावी, हा खरा प्रश्न होता. याला मुख्यतः राष्ट्रवादी पक्ष कारणीभूत होता.

तसं पाहायला गेलं, तर तीन पक्षांचं मिळून सरकार स्थापन झालं असलं, तरी राष्ट्रवादीचं वर्चस्व सगळ्यांच्याच लक्षात येत होतं. राजकीय विश्लेषकांत कुजबुज सुरू होती की, उद्धव ठाकरे मुख्यमंत्री असले, तरी राष्ट्रवादीचे शरद पवार रिमोट कन्ट्रोलने सरकार चालवत आहेत. दर दिवशी पवार राष्ट्रवादीच्या मंत्र्यांच्या बैठका घेऊन सरकारच्या कामकाजाचं अवलोकन करत होते.

तसं पाहायला गेलं, तर तीन पक्षांचं मिळून सरकार स्थापन झालं असलं, तरी राष्ट्रवादीचं वर्चस्व सगळ्यांच्याच लक्षात येत होतं. राजकीय विश्लेषकांत कुजबुज सुरू होती की, उद्धव ठाकरे मुख्यमंत्री असले, तरी राष्ट्रवादीचे शरद पवार रिमोट कन्ट्रोलने सरकार चालवत आहेत. दर दिवशी पवार राष्ट्रवादीच्या मंत्र्यांच्या बैठका घेऊन सरकारच्या कामकाजाचं अवलोकन करत होते.

राष्ट्रवादीच्या माध्यमातून शिवसेनेला संपवण्याचा प्रयत्न केला जात असल्याची भावना शिवसेनेच्या आमदारांच्या मनात निर्माण झाली होती. २०१९च्या निवडणुकीत ज्या जागांसाठी शिवसेना आणि राष्ट्रवादी या दोन्हींचे उमेदवार उभे होते, त्यापैकी ज्या जागांवर शिवसेनेचे उमेदवार जिंकून आले होते त्या जागांवर राष्ट्रवादी आपलं स्थान बळकट करत होती. अर्थखातं राष्ट्रवादीकडे असल्याने या जागांवर पाण्यासारखा पैसा खर्च केला जात होता. उद्या चालून राष्ट्रवादीच्या उमेदवारांविरुद्ध निवडणूक लढवावी लागली, तर ते आपल्याला डोईजड ठरतील असं सेनेच्या आमदारांना वाटू लागलं होतं. त्यांना असंही वाटू लागलं होतं की, २०२४च्या निवडणुकांत सर्व १०० जागांवर राष्ट्रवादीचे उमेदवार निवडून आणण्याचं उद्दिष्ट डोळ्यासमोर ठेवून अजित पवार त्या दृष्टीने कार्यरत आहेत. ज्या विधानसभा क्षेत्रांत शिवसेनेचे आमदार निवडून आले होते, तिथे आपल्या कार्यकर्त्यांची सभा घेताना 'पुढच्या निवडणुकीत

त्या जागांवर आपले आमदार असतील' असं राष्ट्रवादीचे वरिष्ठ नेते सांगू लागले. त्यांच्या या अशा विधानांनी शिवसेनेच्या आमदारांच्या मनात असंतोष खदखदू लागला.

अजित पवार आपल्या आमदारांना विकास कामांसाठी निधी उपलब्ध करून देत नसून त्यांच्या फायली अडकवून ठेवत असल्याचा काँग्रेसचासुद्धा आरोप होता. वर्ष २०२०मध्ये ऊर्जामंत्री असणाऱ्या काँग्रेसच्या नितीन राऊत यांनी उद्धव ठाकरेंना पत्र लिहून अजित पवारांची तक्रार केली. राऊत यांचं म्हणणं होतं की, राज्यातलं वीज संकट लक्षात घेऊन अर्थ मंत्रालयाकडून आवश्यक साहाय्य प्राप्त होत नव्हतं.

अजित पवार आपल्या आमदारांना विकास कामांसाठी निधी उपलब्ध करून देत नसून त्यांच्या फायली अडकवून ठेवत असल्याचा काँग्रेसचासुद्धा आरोप होता. वर्ष २०२०मध्ये ऊर्जामंत्री असणाऱ्या काँग्रेसच्या नितीन राऊत यांनी उद्धव ठाकरेंना पत्र लिहून अजित पवारांची तक्रार केली. राऊत यांचं म्हणणं होतं की, राज्यातलं वीज संकट लक्षात घेऊन अर्थ मंत्रालयाकडून आवश्यक साहाय्य प्राप्त होत नव्हतं. इतकंच नाही, तर अंदाजपत्रकात वीज विभागासाठी पर्याप्त निधीची तरतूदच न केल्याने राज्य वीज वितरण कंपनी ४५ हजार कोटी रुपयांच्या कर्जाच्या ओझ्याखाली दबली होती. निधी उपलब्ध न झाल्यास समस्त सरकारी खात्यांचा वीजपुरवठा खंडित केला जाईल, अशी धमकी राऊत यांनी दिली.

सरकार स्थापन झाल्यापासून केवळ आठ महिन्यांत शिवसैनिकांना राष्ट्रवादीच्या हेतूंबाबत शंका येऊ लागली. जुलै २०२०मध्ये शिवसेनेच्या पाच नगरसेवकांनी आपला पक्ष सोडून राष्ट्रवादीत प्रवेश केला होता. परंतु, उद्धव यांची नाराजी लक्षात घेत राष्ट्रवादीने त्या पाच जणांना शिवसेनेत परत पाठवलं होतं. ते नगरसेवक महाराष्ट्रातल्या अहमदनगर जिल्ह्यातल्या पारनेर

सरकार स्थापन झाल्यापासून केवळ आठ महिन्यांत शिवसैनिकांना राष्ट्रवादीच्या हेतूंबाबत शंका येऊ लागली. जुलै २०२०मध्ये शिवसेनेच्या पाच नगरसेवकांनी आपला पक्ष सोडून राष्ट्रवादीत प्रवेश केला होता. परंतु, उद्धव यांची नाराजी लक्षात घेत राष्ट्रवादीने त्या पाच जणांना शिवसेनेत परत पाठवलं होतं.

नगरपरिषदेचे होते. राष्ट्रवादी पक्षात त्यांच्या प्रवेशप्रसंगी आयोजित समारंभात राष्ट्रवादीचे ज्येष्ठ नेते आणि राज्याचे उपमुख्यमंत्री अजित पवारसुद्धा उपस्थित होते. शिवसेनेच्या स्थानिक नेतृत्वावर नाराज असलेले हे नगरसेवक भाजपमध्ये सामील होऊ इच्छित होते. परंतु, राष्ट्रवादीने त्यांना आपल्या गोटात ओढून घेतलं होतं. उद्धव ठाकरेंच्या वतीने पक्ष सचिव मिलिंद नार्वेकरांनी अजित पवारांशी बोलणी केली आणि गोष्टी अति बिनसण्यापूर्वीच राष्ट्रवादीने त्या नगरसेवकांना परत पाठवण्यात आपलं भलं मानलं.

त्यापूर्वी लॉकडाऊन आणि मुंबई पोलीस अधिकाऱ्यांच्या बदल्यांवरून शिवसेना आणि राष्ट्रवादी यांचं वाजलं होतं. अनेकदा चर्चा करून राष्ट्रवादी प्रमुख शरद पवार आणि उद्धव ठाकरे यांनी त्या समस्येवर तोडगा काढला होता.

केंद्रीय यंत्रणेची चाल

सक्तवसुली संचालनालयाने (ईडी) शिवसेनेच्या ज्या ज्या नेत्यांविरुद्ध खटले दाखल केले होते आणि ज्यांना चौकशीचे समन्स पाठवले होते, त्या सर्व नेत्यांनी एकनाथ शिंदे यांना पाठिंबा दिला. खासदार संजय राऊत आणि मंत्री अनिल परब मात्र याला अपवाद होते.

ईडीची सर्वांत पहिली टाच आली ती ठाण्याचे शिवसेना आमदार प्रताप सरनाईक यांच्यावर. ते राष्ट्रवादीतून सेनेत आले होते. त्यांच्यावर मनी लॉन्ड्रिंगचा आरोप करत ईडीच्या अधिकाऱ्यांनी त्यांच्या जागांवर छापे मारून चौकशी सुरू केली होती. सर्वोच्च न्यायालयातून स्थगिती मिळाल्यामुळे त्यांना अटक मात्र झाली नव्हती.

ईडीची सर्वांत पहिली टाच आली ती ठाण्याचे शिवसेना आमदार प्रताप सरनाईक यांच्यावर. ते राष्ट्रवादीतून सेनेत आले होते. त्यांच्यावर मनी लॉन्ड्रिंगचा आरोप करत ईडीच्या अधिकाऱ्यांनी त्यांच्या जागांवर छापे मारून चौकशी सुरू केली होती. सर्वोच्च न्यायालयातून स्थगिती मिळाल्यामुळे त्यांना अटक मात्र झाली नव्हती.

अशाच प्रकारे, शिवसेनेच्या यवतमाळच्या खासदार भावना गवळी यांच्या विरुद्धदेखील मनी लॉन्ड्रिंगचा गुन्हा दाखल करत त्यांनाही समन्स पाठवण्यात आलं होतं. गवळींच्या एका कार्यकर्त्याला

अटक करत ईडीने त्यांच्या मालमत्तेला सील ठोकलं.

ठाकरे सरकार कोसळावं या हेतूने केंद्रीय यंत्रणेमार्फत भाजपच्या भडकावण्यामुळे आपल्यावर ही सर्व कारवाई होत असल्याचं शिवसेनेच्या समस्त नेत्यांचं म्हणणं होतं. हा सगळा छळ थांबवायला भाजपशी हातमिळवणी करावीच लागेल, असं प्रताप सरनाईक यांनी उद्धव ठाकरे यांना खुलं पत्र लिहून कळवलं.

मुंबईच्या भायखळ्याच्या आमदार यामिनी यादव आणि त्यांचे पती, तसंच, मुंबई महानगरपालिकेच्या स्थायी समितीचे अध्यक्ष यशवंत जाधव यांच्या घरी इन्कमटॅक्सची धाड पडली. त्यांनी केलेल्या भ्रष्टाचाराची माहिती आपल्या विभागाला प्राप्त झालेली असून, ते त्यांचं खरं उत्पन्न सांगत नसल्याचा संशयही आम्हाला आहे, असं इन्कमटॅक्स विभागाचं म्हणणं होतं. यामिनी जाधव यांनी २०१९च्या विधानसभा निवडणुकीत आपल्या उत्पन्नासंदर्भात खोटं प्रतिज्ञापत्र सादर केल्याने त्यांना अपात्र घोषित करावं, असा अहवाल इन्कमटॅक्स विभागाच्या वतीने निवडणूक आयोगाला पाठवण्यात आला.

ठाकरे सरकार कोसळावं या हेतूने केंद्रीय यंत्रणेमार्फत भाजपच्या भडकावण्यामुळे आपल्यावर ही सर्व कारवाई होत असल्याचं शिवसेनेच्या समस्त नेत्यांचं म्हणणं होतं. हा सगळा छळ थांबवायला भाजपशी हातमिळवणी करावीच लागेल, असं प्रताप सरनाईक यांनी उद्धव ठाकरे यांना खुलं पत्र लिहून कळवलं. एकनाथ शिंदेंच्या सोबतीने आमदार गेल्याची बातमी येताच खासदार भावना गवळींनीसुद्धा उद्धव ठाकरे यांना पत्र लिहून कळवलं की, बंडखोर आमदारांविरुद्ध कारवाई न करता त्यांचं म्हणणं मान्य करावं.

इथे एक गोष्ट आवर्जून लक्षात घ्यायला हवी. ईडीने महाविकास आघाडीपैकी एक असणाऱ्या राष्ट्रवादीच्या दोन मंत्र्यांना अटक केली असली, तरी शिवसेनेच्या कुणाही मंत्र्यांना तुरुंगात टाकलं नाही. त्यांच्याविरुद्ध फक्त आरोप दाखल करण्यात आले, काही तास त्यांची चौकशी करून त्यांना सोडून देण्यात आलं. राजकीय विश्लेषकांच्या मते भाजप केवळ सेनेला घाबरवत होता आणि भविष्यात दोघांनी एकत्र येण्याचा मार्ग मोकळा करत होता.

उद्धव ठाकरे यांची अनुपलब्धता

पक्षातल्या लोकांना उद्धव ठाकरेंच्या भेटीची वेळ मिळवण्यासाठी अतोनात प्रतीक्षा करावी लागणं हा त्यांच्यावर झालेला आणखी एक गंभीर आरोप होता. उद्धव यांनी त्यांच्या मर्जीतल्या लोकांचा एक गट केला होता आणि हीच मंडळी त्यांना पक्षातल्या इतर लोकांपासून दूर ठेवत होती. आपल्या पक्षाच्या पदाधिकाऱ्यांना उद्धव क्वचितच भेटत. तळागाळातल्या कार्यकर्त्यांपासून ते फारच दूर होते. पक्षाचे कार्यकर्ते दूरवरून त्यांना भेटायला येत; पण त्या लोकांना भेटीची वेळ मिळता मिळत नसे. त्यातून कधी भेटीची वेळ मिळालीच तरी प्रत्यक्ष भेट होण्यासाठी तिष्ठत राहावं लागे. या वागणुकीला मुख्यमंत्रीपद जबाबदार होतं अशातला भाग नाही. पक्षाची धुरा हाती घेतल्यापासूनच उद्धव ठाकरेंची वेळ मिळणं दुर्लभ झाल्याचं सेना सोडून बाहेर पडलेल्यांनी सांगितलं आहे. शिवसेनेपासून फारकत घेतलेले, महाराष्ट्राचे माजी मुख्यमंत्री नारायण राणे यांनी आपल्या आत्मकथेत या संदर्भात एक घटना नमूद केली आहे. वर्ष २००५मध्ये शिवसेनेचे भंडारा जिल्हाप्रमुख शेषराव गिऱ्हेपुंज काही शिवसैनिकांसमवेत ८५० किलोमीटर अंतरावरून उद्धव यांच्या भेटीसाठी मातोश्रीवर पोहोचले. तब्बल पाच तास मातोश्रीबाहेर वाट पाहत थांबल्यावर त्यांना दुसऱ्या दिवशीची भेटीची वेळ दिली गेली. आपल्या कार्यकर्त्यांसमवेत त्यांनी त्या दिवशी मुंबईत मुक्काम केला. दुसऱ्या दिवशी, उद्धव यांच्या भेटीची आशा उराशी बाळगून ते सगळे पुन्हा मातोश्रीवर पोहोचले. याही वेळेस त्यांना तास न् तास बंगल्याबाहेर प्रतीक्षा करावी लागली. संतापलेल्या शेषरावांनी बंगल्यातून बाहेर पडणाऱ्या एका कर्मचाऱ्याला गाठून विचारलं की, उद्धवजी इतके कशात व्यग्र आहेत की भेटीची वेळ दिलेली असतानासुद्धा आपल्या पक्षाच्या पदाधिकाऱ्यांना भेटण्यासाठी

पक्षाची धुरा हाती घेतल्यापासूनच उद्धव ठाकरेंची वेळ मिळणं दुर्लभ झाल्याचं सेना सोडून बाहेर पडलेल्यांनी सांगितलं आहे. शिवसेनेपासून फारकत घेतलेले, महाराष्ट्राचे माजी मुख्यमंत्री नारायण राणे यांनी आपल्या आत्मकथेत या संदर्भात एक घटना नमूद केली आहे.

त्यांच्याकडे पाच मिनिटंसुद्धा नाहीत. त्यावर त्या कर्मचाऱ्याने उत्तर दिलं, 'काही दिवसांपूर्वी साहेबांनी सिंगापूरहून विकत आणलेली लाखो रुपयांची मासोळी मेल्यामुळे ते दुःखात असून, आपल्या कक्षाबाहेर पडलेले नाहीत.' उद्धव यांच्या त्या महागड्या खरेदीचे आपण साक्षीदार आहोत, असं राणेंचं म्हणणं होतं.

राणेंच्या सांगण्यानुसार, २००३मध्ये उद्धव यांना पक्ष कार्याध्यक्ष करण्यात आलं तेव्हाच दर मंगळवारी शिवसेना भवनात जाऊन तळागाळातल्या कार्यकर्त्यांना भेटण्याचा सल्ला बाळासाहेबांनी त्यांना दिला होता. पुढचे दोन आठवडे उद्धव यांनी त्या आदेशाचं पालन केलं. त्यानंतर मात्र त्यांनी तिथे जाणं बंद केलं. याबाबत बाळासाहेबांनी त्यांच्याकडे विचारणा केल्यावर ते म्हणाले होते की, दोन वेळा ते तिथे गेले आणि प्रत्येक वेळेस एकच माणूस पुन्हा पुन्हा तक्रार घेऊन आला. त्यामुळेच, शिवसेना भवनात जाण्यात त्यांना काही तथ्य वाटत नाही.

पाच वेळा खासदार झालेल्या शिवसेनेच्या मोहन रावले यांनी २०१३मध्ये एका पत्रकार परिषदेत उद्धव उपलब्ध होत नसल्याचा मुद्दा उचलून धरला होता. पक्षाच्या दिग्गज नेत्यांपैकी एक असणाऱ्या रावले यांनी सर्रास आरोप केला होता की, उद्धव ठाकरे यांच्या भेटीची वेळ मिळवण्यासाठी त्यांना चार वर्षं लागली. बाळासाहेबांच्या काळात हे असं होत नसल्याचंही रावले यांनी त्या वेळेस नमूद केलं. पक्षाच्या सर्व पदाधिकाऱ्यांसाठी बाळासाहेब नेहमी उपलब्ध असत.

पाच वेळा खासदार झालेल्या शिवसेनेच्या मोहन रावले यांनी २०१३मध्ये एका पत्रकार परिषदेत उद्धव उपलब्ध होत नसल्याचा मुद्दा उचलून धरला होता. पक्षाच्या दिग्गज नेत्यांपैकी एक असणाऱ्या रावले यांनी सर्रास आरोप केला होता की, उद्धव ठाकरे यांच्या भेटीची वेळ मिळवण्यासाठी त्यांना चार वर्षं लागली. बाळासाहेबांच्या काळात हे असं होत नसल्याचंही रावले यांनी त्या वेळेस नमूद केलं. पक्षाच्या सर्व पदाधिकाऱ्यांसाठी बाळासाहेब नेहमी उपलब्ध असत. उद्धव यांचे स्वीय सचिव मिलिंद नार्वेकर यांच्यावरही आरोप करत रावले म्हणाले की, ज्या पद्धतीने नार्वेकरांना उद्धव महत्त्व देत होते ते पाहता, नार्वेकर तर पक्ष चालवत नाहीत ना, अशी शंका शिवसैनिकांना

येत होती. शिवसेना हा हस्तकांचा पक्ष होत चालल्याचं रावले यांचं म्हणणं पडलं. या पत्रकार परिषदेनंतर अल्पावधीतच रावले यांना पक्षातून गचांडी देण्यात आली.

मुख्यमंत्री झाल्यावरसुद्धा उद्धव यांची अनुपलब्धी तशीच कायम राहिली. जुलै २०२०मध्ये संजय राऊत यांनी शरद पवारांची 'सामना' वृत्तपत्रासाठी मुलाखत घेतली. त्या वेळेस पवारांनी उद्धव यांच्या अनुपलब्धतेचा मुद्दा उचलून धरत उद्धव यांना सल्लाही दिला की, त्यांनी लोकांना भेटत राहिलं पाहिजे.

मुख्यमंत्री झाल्यावरसुद्धा उद्धव यांची अनुपलब्धी तशीच कायम राहिली. जुलै २०२०मध्ये संजय राऊत यांनी शरद पवारांची 'सामना' वृत्तपत्रासाठी मुलाखत घेतली. त्या वेळेस पवारांनी उद्धव यांच्या अनुपलब्धतेचा मुद्दा उचलून धरत उद्धव यांना सल्लाही दिला की, त्यांनी लोकांना भेटत राहिलं पाहिजे.

परंतु, उद्धव यांची अनुपलब्धी ही कहाणीची एकच बाजू आहे. या संदर्भात उद्धव यांच्या निकटवर्तीयांचाही काही युक्तिवाद आहेच. उद्धव यांना हृदयासंबंधित काही त्रास असल्याची बातमी वर्ष २०१२मध्ये आली. १६ जुलै, २०१२ रोजी घडलेली घटना राजकीय वर्तुळात सगळ्यांनाच आठवते. उद्धव यांच्या सर्व चाचण्या पार पडल्यानंतर त्यांचे चुलत भाऊ आणि राजकीय प्रतिस्पर्धी राज ठाकरे यांनी स्वतः गाडी चालवत त्यांना मातोश्रीवर आणून सोडलं. त्या दिवशी सकाळी उद्धव यांच्या छातीत तीव्र वेदना सुरू झाल्या. त्यांना श्वास घ्यायला त्रास होऊ लागला. त्यांना हॉस्पिटलमध्ये नेताच बाळासाहेबांनी राज ठाकरे यांना फोन करून बोलावून घेतलं. एका दुर्घटनेत, २० एप्रिल, १९९६ रोजी, बाळासाहेब यांचे सर्वांत ज्येष्ठ चिरंजीव बिंदुमाधव यांचा मृत्यू झाला होता. दुसरे चिरंजीव जयदेव यांचं त्यांच्याशी पटत नसल्याने ते वेगळे राहत होते. बाळासाहेबांच्या पत्नी मीनाताई यांचंही १९९५साली अचानक देहावसान झालं होतं. सार्वजनिक जीवनात तर बाळासाहेबांबरोबर शिवसेनेच्या रूपात भला मोठा परिवार होता; परंतु वैयक्तिक जीवनात ते फार एकटे पडले होते. अशा वेळेस त्यांच्याजवळ असणाऱ्या उद्धवच्या प्रकृतीची त्यांना मोठी चिंता लागून राहिली. घरातल्या कुणाच्या तरी देखरेखीखाली उद्धववर उपचार व्हावेत अशी

त्यांची मनोमन इच्छा होती. पुढच्या आठवड्याभरातच उद्धव यांची अँन्जिओप्लास्टी झाली. त्या वेळेस त्यांच्या हृदयात आठ स्टेन्ट्स घालण्यात आले. या शस्त्रक्रियेनंतर उद्धव आपल्या प्रकृतीबाबत फार चिंतित झाले.

आपल्या कारकिर्दीत उद्धवजी फार लोकांना भेटू शकले नाहीत हे खरं आहे. त्यांनी सत्तेची सूत्रं हातात घेतल्यावर अवघ्या काही दिवसांतच कोरोनाने हाहाकार माजवला. २२ मार्चपासून लॉकडाऊन जारी करण्यात आला. जिथे शेजाऱ्याला भेटण्याची चोरी झाली होती, तिथे उद्धवजी लोकांना भेटणार तरी कसे? महामारीचा परिणाम कमी होण्यासाठी ते तर चोवीस तास अधिकाऱ्यांच्या बैठका घेण्यात व्यग्र होते.

उद्धव यांच्या प्रकृतीचं कारण देत शिवसेना प्रवक्ता त्यांचा नेहमी बचाव करतात. नोव्हेंबर २०२१मध्ये दोन वेळा त्यांच्या मणक्याच्या वरच्या भागाची शस्त्रक्रिया करण्यात आली. त्यानंतर, कोरोनापायी, त्यांना लोकांच्या गाठीभेटी घेणं कमी करावं लागलं. पक्ष प्रवक्ता आनंद दुबे यांनी लेखकाला सांगितलं, "आपल्या कारकिर्दीत उद्धवजी फार लोकांना भेटू शकले नाहीत हे खरं आहे. त्यांनी सत्तेची सूत्रं हातात घेतल्यावर अवघ्या काही दिवसांतच कोरोनाने हाहाकार माजवला. २२ मार्चपासून लॉकडाऊन जारी करण्यात आला. जिथे शेजाऱ्याला भेटण्याची चोरी झाली होती, तिथे उद्धवजी लोकांना भेटणार तरी कसे? महामारीचा परिणाम कमी होण्यासाठी ते तर चोवीस तास अधिकाऱ्यांच्या बैठका घेण्यात व्यग्र होते. त्यानंतर ते स्वतःच आजारी पडल्याने १५ दिवस हॉस्पिटलमध्ये होते. त्यांनी सक्तीची विश्रांती घ्यावी, असा सल्ला डॉक्टरांनी देऊनही त्यांनी काम थांबवलं नाही. व्हिडिओ कॉन्फरन्सिंगच्या माध्यमातून ते सतत काम करत राहिले. फेसबुक लाइव्हद्वारे जनतेच्या संपर्कात राहिले. त्यांची अनुपलब्धी हे बंडखोरीचं कारण असूच शकत नाही."

"कैसे हो शिंदे साहब? सब ठीक तो है?"

दिनांक ८ मार्च २०२२. मेट्रोचं उद्घाटन करायला पंतप्रधान नरेंद्र मोदी पुण्यात येऊन पोहोचले. या प्रसंगी मुख्यमंत्री उद्धव ठाकरे अनुपस्थित असले, तरी राज्यपाल भगतसिंह कोश्यारी, उपमुख्यमंत्री

दिनांक ८ मार्च २०२२. मेट्रोचं उद्‌घाटन करायला पंतप्रधान नरेंद्र मोदी पुण्यात येऊन पोहोचले. या प्रसंगी मुख्यमंत्री उद्धव ठाकरे अनुपस्थित असले, तरी राज्यपाल भगतसिंह कोश्यारी, उपमुख्यमंत्री अजित पवार, उद्योगमंत्री सुभाष देसाई, नगरविकासमंत्री एकनाथ शिंदे, पुण्याचे महापौर मुरलीधर मोहोळ आणि पिंपरी-चिंचवडच्या महापौर माई ढोरे उपस्थित होत्या.

अजित पवार, उद्योगमंत्री सुभाष देसाई, नगरविकासमंत्री एकनाथ शिंदे, पुण्याचे महापौर मुरलीधर मोहोळ आणि पिंपरी-चिंचवडच्या महापौर माई ढोरे उपस्थित होत्या. कार्यक्रमाच्या सुरुवातीला श्री. मोदींनी एक-एक करत सर्व उपस्थितांची भेट घेतली. जेव्हा ते एकनाथ शिंदेंजवळ पोहोचले तेव्हा त्यांच्याकडे थेट पाहत, छानसं हसून मोदींनी विचारलं -

"कैसे हो शिंदे साहब? सब ठीक तो है न?"

"हां, मोदीजी। सब ठीक है।" शिंदे यांनी उत्तर दिलं.

इतकं बोलून मोदी जरी पुढे झाले, तरी शिंदे यांना मनोमन काहीतरी वाटून गेलं. 'कैसे हो शिंदे साहब?' मोदींचे हे शब्द त्यांच्या अंत:करणात पुन्हा पुन्हा गुंजत राहिले. सोबतच्या एका सहकाऱ्याला ते म्हणालेसुद्धा, "पाहा, आपल्या पक्षात आपल्याला जराही आदर मिळत नाही; पण ज्या पक्षाच्या नेत्याला आपला पक्ष सदैव हिणवत असतो तो नेता आपल्याशी किती आदराने वागतो." मोदींनी दिलेल्या सन्मानाने शिंदे भावविवश झाले. आपल्या पक्षात, आपल्या राजकीय कर्तृत्वानुसार आपल्या वाट्याला यथोचित सन्मान येत नाही, ही खंत त्यांना होतीच.

दिवसागणिक, उद्धव आणि त्यांच्या निकटवर्तीयांशी असलेली शिंदेंची नात्याची ऊब सातत्याने कमी होऊ लागली होती. १० जूनला राज्यसभेच्या निवडणुकांचे निकाल हाती येऊ लागले. शिवसेनेचे दुसरे उमेदवार संजय पवार यांची हार झाली, तेव्हा आडून आडून शिंदेंवर संशय घेतला जाऊ लागला. आदित्य ठाकरेंबरोबर १५ जून रोजी शिंदे अयोध्येच्या दौऱ्यावर गेले. तिथून परतल्यावर, २० जून रोजी होणाऱ्या विधानपरिषदेच्या निवडणुकांसंदर्भात ठरवण्यात येणाऱ्या डावपेचांची चर्चा करण्यासाठी शिंदे उद्धव ठाकरेंच्या 'वर्षा' निवासस्थानी पोहोचले. तिथे गेल्यावर त्यांना समजलं की, बंगल्यात खासदार विनायक राऊत,

> **दिवसागणिक, उद्धव आणि त्यांच्या निकटवर्तीयांशी असलेली शिंदेंची नात्याची ऊब सातत्याने कमी होऊ लागली होती. १० जूनला राज्यसभेच्या निवडणुकांचे निकाल हाती येऊ लागले. शिवसेनेचे दुसरे उमेदवार संजय पवार यांची हार झाली, तेव्हा आडून आडून शिंदेंवर संशय घेतला जाऊ लागला. आदित्य ठाकरेंबरोबर १५ जून रोजी शिंदे अयोध्येच्या दौऱ्यावर गेले.**

अनिल देसाई आणि मंत्री अनिल परब यांच्यासमवेत उद्धव ठाकरे निवडणूक संदर्भातल्या डावपेचांची चर्चा करत आहेत. आपण आल्याचा निरोप शिंदे यांनी आत पाठवला खरा; पण त्यांना त्या बैठकीत बोलावलं गेलं नाही. जवळपास तासभर ते प्रतीक्षा करत राहिले. तासाभराने बैठक आटोपली आणि सगळे तिथून निघून गेले. आता तरी उद्धव आपल्याला भेटतील असं शिंदे यांना वाटलं खरं; पण मीटिंग हॉलमधून उद्धव सरळ स्वतःच्या कक्षात निघून गेले. उद्धव आता भेटू शकत नाहीत, असं शिंदे यांना सांगण्यात आलं. शिंदे यांच्या अपमानाची पराकाष्ठा झाली. विषाचा तो घोट रिचवून ते आपल्या 'नंदनवन' बंगल्यात आले. तिथे त्यांच्या भेटीसाठी काही मंत्री थांबले होते. उद्धव यांनी दिलेल्या अपमानास्पद वागणुकीबद्दल शिंदे यांनी त्या मंत्र्यांना सांगितलं. या मंत्र्यांसमवेत उद्धव यांची वागणूक काही वेगळी नव्हती. सर्वांनाच शिंदेंबद्दल सहानुभूती वाटली. इथून पुढे अधिक अपमान सहन करायचा नाही, असं त्याच वेळेस निश्चित झालं. पाणी आता डोक्यावरून वाहू लागलं होतं.

त्यानंतर, शिंदे यांनी आपल्या मोबाइलवरून एक नंबर डायल केला. हा नंबर होता माजी मुख्यमंत्री आणि भाजप नेते देवेंद्र फडणवीस यांचा.

◆

६

ऑपरेशन लोटस

‘ऑपरेशन लोटस’ हे दोन शब्द भारतीय राजकीय शब्दकोशाचा भाग झाले आहेत. भाजप जेव्हा एखाद्या राज्यात विरोधी पक्षाचं युती सरकार पाडण्याचा प्रयत्न करतं, तेव्हा राजकीय वर्तुळात त्याला ‘ऑपरेशन लोटस’ म्हटलं जातं. लोटस म्हणजे कमळ, हे भाजपचं निवडणूक चिन्ह आहे. कर्नाटकात २००८मध्ये सरकार स्थापन करण्यासाठी विरोधी पक्षाच्या आमदारांत फूट पाडताना भाजपने सर्वप्रथम ऑपरेशन लोटसचा वापर केला होता. तसंच ऑपरेशन लोटस महाराष्ट्रातही करण्याची तयारी झाली होती.

एकनाथ शिंदेंचा फोन आल्यावर देवेंद्र फडणवीस यांच्या हालचाली सुरू झाल्या. उद्धव ठाकरे यांच्या अपमानास्पद वागणुकीने आपला आत्मसन्मान दुखावला असून, ठाकरेंच्या राज्यात आपण अजिबात सुखी नाही, हे शिंदे यांनी फडणवीसांना सांगितलं. उद्धव यांची साथ सोडायचा आपला निर्णय पक्का झाला असून, आमदार आपल्याबरोबर मोठ्या संख्येने यायला तयार आहेत, असंही ते म्हणाले. शिंदेंचा फोन येताच फडणवीस ताबडतोब कामाला लागले. त्यांनी गृहमंत्री अमित शाह यांना फोन लावून शिंदे यांनी काय म्हटलं आहे ते सांगितलं. असं काहीतरी घडणार असल्याचा अंदाज शाह यांना आला होताच. काही दिवसांपूर्वीच्या एका भेटीत त्यांनी देवेंद्र फडणवीसांना विचारलंही होतं,

“महाराष्ट्र में अपनी सरकार आनेवाली है। आप तैयार हैं न?”

त्यानंतर अमित शाह यांनीसुद्धा शिंदेंशी बोलणं करून, पुढे काय करायचं हे लवकरच कळवण्यात येईल, असं शिंदे यांना सांगितलं.

फडणवीस आणि शाह यांच्याशी शिंदे यांचं बोलणं झाल्यावर भाजपच्या वरिष्ठ पातळीवर हालचाली सुरू झाल्या. दुधाने तोंड भाजलं की, माणूस ताकसुद्धा फुंकून पितो. या वेळेस भाजप कुठलीही घाईगडबड करणार नाही, असंही ठरलं. वर्ष २०१९मध्ये भाजप चांगलंच तोंडघशी पडलं होतं. महाराष्ट्रात सुरू असणाऱ्या राजकीय नाट्यात राष्ट्रवादीचे अजित पवार आपल्या पक्षाशी बंड करत भाजपकडे येऊन म्हणाले होते, 'सरकारला बहुमत सिद्ध करण्यासाठी लागणारं आमदारांचं पाठबळ आपल्याकडे आहे.' पवारांवर विश्वास ठेवत २३ नोव्हेंबर, २०१९च्या पहाटे घाईने देवेंद्र फडणवीस यांना मुख्यमंत्री आणि अजित पवार यांना उपमुख्यमंत्री या पदांची शपथ देण्याचा समारंभ उरकण्यात आला. मात्र, अवघ्या तीन दिवसांत ते सरकार कोसळलं. अजित पवारांबरोबर असलेल्या १२ आमदारांविरुद्ध पक्षबदल कायद्यांतर्गत गुन्हा दाखल करण्याची धमकी शरद पवार यांनी देताच ते सर्व आमदार पक्षात परतले. तो अनुभव भाजप अजून विसरला नव्हता. एकनाथ शिंदेंना आमदारांचं आवश्यक ते पाठबळ मिळाल्याची पक्की बातमी जोवर येणार नाही तोवर भाजप समोर येणार नाही, असं निश्चित केलं गेलं. सूत्रं हलत होती ती केवळ पडद्यामागून.

फडणवीस आणि शाह यांच्याशी शिंदे यांचं बोलणं झाल्यावर भाजपच्या वरिष्ठ पातळीवर हालचाली सुरू झाल्या. दुधाने तोंड भाजलं की, माणूस ताकसुद्धा फुंकून पितो. या वेळेस भाजप कुठलीही घाईगडबड करणार नाही, असंही ठरलं. वर्ष २०१९मध्ये भाजप चांगलंच तोंडघशी पडलं होतं.

एकनाथ शिंदे हे पक्षावर नाराज असून, उद्धव यांच्यापासून वेगळं होण्याचा विचार करत असल्याचा जराही सुगावा शिवसेनेच्या नेतृत्वाला लागता कामा नये, असं शिंदे यांना सांगण्यात आलं. त्यांचा संशय येऊ नये म्हणून, २० जूनला होणाऱ्या विधानपरिषद निवडणुकीत त्यांनी सेनेचे दोन उमेदवार जिंकून आणावेत, असंही त्यांना सांगण्यात आलं. दोन उमेदवारांना आवश्यक मतं मिळाल्यावर भाजपच्या पाचव्या उमेदवाराला मदत करायला त्यांना सांगण्यात आलं. शिंदे यांनी अगदी त्याबरहुकूम केलं.

मतदानाच्या दिवशी २० जून रोजी, उद्धव यांनी ॲन्टिचेम्बरमध्ये बैठकीला न बोलावल्यामुळे नाराज झालेले शिंदे मतदानाची प्रक्रिया पूर्ण झाल्यावर 'नंदनवन' या आपल्या मलबार हिलवरच्या सरकारी निवासस्थानी जायला निघाले. काही वेळ तिथे थांबून ते ठाण्याला महापौरांच्या बंगल्याकडे निघाले. काही आमदार तिथे आधीच जाऊन पोहोचले होते.

मतदानाच्या दिवशी २० जून रोजी, उद्धव यांनी ॲन्टिचेम्बरमध्ये बैठकीला न बोलावल्यामुळे नाराज झालेले शिंदे मतदानाची प्रक्रिया पूर्ण झाल्यावर 'नंदनवन' या आपल्या मलबार हिलवरच्या सरकारी निवासस्थानी जायला निघाले (प्रकरण तीन पाहा). काही वेळ तिथे थांबून ते ठाण्याला महापौरांच्या बंगल्याकडे निघाले. काही आमदार तिथे आधीच जाऊन पोहोचले होते. उद्धव यांच्यापासून वेगळं होण्यासाठी इच्छुक असणाऱ्या इतर आमदारांना भिवंडी, घोडबंदर, पालघर, तलासरी, अशा वेगवेगळ्या ठिकाणी थांबण्याचा आदेश देण्यात आला होता. कुठे कुणाला काही शंका आली आणि गुप्तचरयंत्रणा सावध झाली, तर सर्व आमदारांच्या मोबाईल टॉवरचं स्थान (लोकेशन) एकच असल्याचं दिसून यायला नको म्हणून ही खबरदारी घेण्यात आली होती. त्यानंतर रात्री ११.३०वाजता सर्व आमदार मुंबई-अहमदाबाद मार्गावर, महाराष्ट्र -गुजरातच्या सीमेवर, तलासरीमध्ये जमले. डोंबिवलीच्या एका भाजप कार्यकर्त्याला वाहनांचा बंदोबस्त करायला सांगण्यात आलं. बंडखोर आमदार एन्डेव्हर, फॉरच्युनर आणि इनोव्हासारख्या गाड्यांमध्ये बसून महाराष्ट्र-गुजरातच्या सीमेवर तलासरी इथे पोहोचले. काही गाड्यांवर राष्ट्रवादीचं 'घड्याळ' हे निवडणूक चिन्हदेखील चिकटवलं होतं. काही आमदारांनी ॲम्ब्युलन्समधून हद्द ओलांडली. ज्या आमदारांना महाराष्ट्र पोलिसांची सुरक्षा लाभली होती, त्यांनी आपल्या सुरक्षा यंत्रणेचा त्याग केला. वाहनांनी गुजरातच्या हद्दीत प्रवेश करताच गुजरात पोलिसांनी सगळ्या आमदारांना गराडा घालत संरक्षण दिलं. त्यानंतर, तलासरी इथून सुमारे दीडशे किलोमीटर अंतर कापत अडीच तासांनी सगळे सरळ सुरतच्या ली मेरेडियन हॉटेलमध्ये पोचले.

उद्धव यांची सोबत सोडण्याची इच्छा असणाऱ्या सगळ्या आमदारांना एकनाथ शिंदे आपल्याबरोबर सुरतला घेऊन गेले नाहीत. उद्धव यांच्या

कंपूत काय हालचाली होत आहेत याची खबरबात मिळावी म्हणून शिंदे यांनी काही आमदारांना मुद्दामच मुंबईत थांबायला लावलं होतं.

बंडखोर शिवसेना आमदारांचं सुरतला पोहोचणं ही ऑपरेशन लोटसची सुरुवात जरी असली, तरी त्याची तयारी कित्येक दिवसांपूर्वीच सुरू झाली होती. ऑपरेशन लोटसमध्ये फडणवीस यांनी महत्त्वाची भूमिका निभावली होती. सरकार स्थापन करण्यासाठी अडीच वर्षांपूर्वी शरद पवार यांनी जी पद्धत वापरली तीच पद्धत देवेंद्र फडणवीस यांनी महाविकास आघाडीचं सरकार पाडायला वापरली.

बंडखोर शिवसेना आमदारांचं सुरतला पोहोचणं ही ऑपरेशन लोटसची सुरुवात जरी असली, तरी त्याची तयारी कित्येक दिवसांपूर्वीच सुरू झाली होती. ऑपरेशन लोटसमध्ये फडणवीस यांनी महत्त्वाची भूमिका निभावली होती. सरकार स्थापन करण्यासाठी अडीच वर्षांपूर्वी शरद पवार यांनी जी पद्धत वापरली तीच पद्धत देवेंद्र फडणवीस यांनी महाविकास आघाडीचं सरकार पाडायला वापरली. शरद पवार यांनी २०१४ साली स्थापन झालेल्या भाजप-शिवसेनेच्या सरकारच्या अंतर्गत कलहावर बारकाईने लक्ष ठेवलं होतं. शिवसेना खूश नाही, हे त्यांनी हेरलं होतं. मुख्यमंत्री देवेंद्र फडणवीस यांचं सरकारवर वर्चस्व होतं. आपल्याला सापत्नभावाने वागवलं जात आहे, असं शिवसेनेच्या मंत्र्यांना वाटत होतं. खिशात राजीनामा घेऊन फिरत असल्याची धमकी काही आमदारांनी दिली होती. युती तोडण्याच्या गोष्टी उद्धव ठाकरे वारंवार करत होते. युतीचं सरकार असूनही 'सामना'मधून फडणवीस आणि भाजपवर नित्य नव्याने टीकास्त्र सोडलं जात होतं. अशातच, २०१९च्या निवडणूक निकालानंतर पवारांना हवी तशी खेळी खेळण्याची संधी मिळाली. भाजप सरकारमध्ये सहभागी होऊन पुन्हा अपमान सहन करण्याऐवजी शिवसेनेचा स्वतःचा मुख्यमंत्री असणं काय वाईट, असं विचारून, बहुमत सिद्ध करण्यासाठी आमदार कमी पडत असतील तर त्याची पूर्तता करण्यासाठी काँग्रेस समर्थन देईल, अशी ग्वाही त्यांनी दिली. पवार, उद्धव आणि काँग्रेस; तिघांकरताही ते लाभदायक ठरणार होतं. उद्धव यांना मुख्यमंत्रीपद मिळालं आणि विरोधी पक्षात बसावं लागणाऱ्या राष्ट्रवादी आणि काँग्रेसला सत्तेत येता आलं. पवारांप्रमाणेच देवेंद्र फडणवीससुद्धा शिवसेनेत माजलेल्या अंतर्गत

पवारांप्रमाणेच देवेंद्र फडणवीससुद्धा शिवसेनेत माजलेल्या अंतर्गत कलहाची अचूक खबर ठेवून होते. जेव्हा २०१४मध्ये ते भाजप-शिवसेना युती सरकारचे मुख्यमंत्री होते, तेव्हापासून त्यांचे एकनाथ शिंदेंशी सौहार्दाचे संबंध होते. त्यांचा शिंदेंवर विश्वास होता. त्या विश्वासाच्या जोरावरच त्यांनी 'समृद्धी अति द्रुतगती मार्ग (सुपर हायवे)' प्रकल्पाचं काम शिंदेंच्या खात्याकडे सोपवलं होतं.

कलहाची अचूक खबर ठेवून होते. जेव्हा २०१४मध्ये ते भाजप-शिवसेना युती सरकारचे मुख्यमंत्री होते, तेव्हापासून त्यांचे एकनाथ शिंदेंशी सौहार्दाचे संबंध होते. त्यांचा शिंदेंवर विश्वास होता. त्या विश्वासाच्या जोरावरच त्यांनी 'समृद्धी अति द्रुतगती मार्ग (सुपर हायवे)' प्रकल्पाचं काम शिंदेंच्या खात्याकडे सोपवलं होतं. मुंबई आणि नागपूर या दरम्यान असणारा हा ७०० किलोमीटर लांबीचा प्रकल्प फडणवीस यांचं 'ड्रीम प्रोजेक्ट' मानलं जातं. शिंदे तेव्हा फडणवीस सरकारात सार्वजनिक बांधकाम मंत्री असल्याने महाराष्ट्र राज्य मार्ग विकास महामंडळ त्यांच्या अखत्यारीत येत होतं. फडणवीस यांनी त्या महामंडळाकडे त्या प्रकल्पाचं काम सोपवलं. सुरुवातीला, शिवसेनेचा या प्रकल्पाला विरोध होता; पण नंतर त्यांचा विरोध मावळला आणि या अति द्रुतगती मार्गाला 'बाळासाहेब ठाकरे' यांचं नाव दिलं गेलं.

ठाकरे शासनात शिवसेनेचे अनेक मंत्री आणि आमदार खूश नाहीत, हे फडणवीस यांना कळून चुकलं होतं. सरकारात सहभागी झालेला राष्ट्रवादी पक्ष दादागिरी करत असून, शिवसेनेच्या आमदारांना असुरक्षित वाटत असल्याचंही त्यांना माहीत होतं. एकनाथ शिंदेंशी त्यांचं बोलणंचालणं सुरू होतं. आदित्य कारभारात कशी ढवळाढवळ करत आहेत, पक्षात आपला कसा अपमान होत आहे, हे शिंदे यांनी त्यांना त्याच दरम्यान सांगितलं होतं.

जनमत भाजपच्या बाजूने असतानाही उद्धव ठाकरे यांनी आपल्याशी विश्वासघात करून आपल्याकडून सत्ता हिरावून घेतली आहे, असं फडणवीस आणि भाजपचं म्हणणं होतं. अडीच वर्षं तर हातातून सुटली होतीच; मात्र आता एकनाथ शिंदेंच्या बंडखोरीमुळे उरलेल्या अडीच वर्षांत सत्ता पुन्हा हाती येण्याची आशा निर्माण झाली होती.

◆

७

गुवाहाटी ते गोवा

सकाळी ६ वाजण्याच्या सुमारास स्पाईस जेटचं विशेष विमान जेव्हा गुवाहाटी विमानतळावर उतरलं तेव्हा तिथे उजाडलं होतं. भारताच्या पूर्वेकडच्या भागात असल्याने गुवाहाटीमध्ये कोलकाता, दिल्ली किंवा मुंबईच्या तुलनेत लवकर सूर्योदय होतो. या वेळेपर्यंत चांगलं ऊन पडू लागतं. परंतु, त्या दिवशी आकाशात काळे ढग दाटले होते. गेला आठवडाभर पावसाने आसाममध्ये चांगलाच धुमाकूळ घातला होता. राज्याचे तीस जिल्हे पूरग्रस्त झाल्याने ४२ लाख लोकांवर त्याचा परिणाम झाल्याची भीती वर्तवण्यात येत होती. काही वेळापूर्वीच वेगवेगळ्या ठिकाणी भूस्खलन होऊन ११ लोकांचा मृत्यू झाला होता. अनेक ठिकाणी अडकून पडलेल्या लोकांना सोडवण्यासाठी शासन प्रयत्नशील होतं. परंतु, त्या ऑपरेशनशिवाय आसाममध्येच आणखी एका ऑपरेशनची सुरुवात झाली होती... ऑपरेशन लोटसची! पहाटे पावणे चारला सुरत विमानतळावरून उड्डाण केलेल्या बंडखोर आमदारांच्या चेहऱ्यावरचा थकवा आणि डोळ्यांतली झोप लपत नव्हती. विमानातले दोन-अडीच तास वगळता, रात्रभर त्यांचा डोळ्याला डोळा लागला नव्हता. शेवटी, भाजप सरकार असणाऱ्या एका राज्यातून या आमदारांना भाजपशासित दुसऱ्या राज्यात घेऊन जाण्याची काय गरज पडली? मुंबईत, उद्धव ठाकरेंच्या एका समर्थकाने या प्रश्नावर टिपणी करत म्हटलं,

"अगदी सोपं आहे, गुजरातमध्ये दारूबंदी आहे, आसाममध्ये नाही. यंदा गुजरातच्या निवडणुका आहेत. भाजपला कुठलंही स्कँडल

नकोय आता!''

सुरतहून उड्डाण करण्यापूर्वी एकनाथ शिंदे पत्रकारांशी बोलले. त्यांनी सांगितलं की, त्यांच्यासोबत असणारे आमदार हे बाळासाहेब आणि आनंद दिघे यांनी शिकवलेल्या हिंदुत्वावर विश्वास ठेवतात. त्या आमदारांपैकी कुणीही शिवसेना सोडलेली नाही आणि सोडण्याचा त्यांचा कुठलाही मनोदय नाही.

गुवाहाटी विमानतळावर उतरल्यावर सर्व आमदारांना पुन्हा बसेसमध्ये बसवून तिथून १६ किमी अंतरावर असणाऱ्या 'रॅडिसन ब्ल्यू' या हॉटेलमध्ये नेण्यात आलं. या वेळेस आसाम पोलीस त्यांना संरक्षण देत होते. बसेस हॉटेलमध्ये पोहोचण्यापूर्वी काही वेळ आधी आसामचे मुख्यमंत्री हेमंत बिस्व शर्मा यांचा ताफा तिथून बाहेर पडला होता. आमदारांच्या सरबराईची खात्री करून घ्यायला मुख्यमंत्री तिथे गेले होते का, हा प्रश्न पत्रकारांच्या मनात आला. त्यानंतर थोड्या वेळातच शर्मा यांनी 'आसाममध्ये पर्यटकांचं स्वागत आहे. त्याने आसामच्या अर्थव्यवस्थेला मदत होईल!' असं वक्तव्य केलं. हॉटेलची सुरक्षाव्यवस्था बाजूला सारत आसाम पोलिसांनी तिथे आपली सुरक्षा तैनात केली. बाहेरच्या लोकांना आता हॉटेलमध्ये जायला बंदी होती. हॉटेलचं रूपांतर जणू पोलीस छावणीत झालं होतं.

सुरतहून उड्डाण करण्यापूर्वी एकनाथ शिंदे पत्रकारांशी बोलले. त्यांनी सांगितलं की, त्यांच्यासोबत असणारे आमदार हे बाळासाहेब आणि आनंद दिघे यांनी शिकवलेल्या हिंदुत्वावर विश्वास ठेवतात. त्या आमदारांपैकी कुणीही शिवसेना सोडलेली नाही आणि सोडण्याचा त्यांचा कुठलाही मनोदय नाही.

आमदार जरी गुवाहाटीला गेले असले, तरी इथे मुंबईत आपण त्याला फारसं महत्त्व देत नाही, असं दाखवण्याचा शिवसेना खासदार संजय राऊत यांचा प्रयत्न होता. आमदार काझीरंगाला फिरायला गेले आहेत, असं त्यांनी पत्रकारांना हसून सांगितलं. फारसं काही झालेलं नाही असं दाखवण्याचा राऊत यांचा प्रयत्न असला, तरी संध्याकाळपर्यंत प्रसंगाचं गांभीर्य चांगलंच वाढलं. संध्याकाळी साधारणतः साडे पाचच्या सुमारास उद्धव ठाकरे यांनी फेसबुक लाईव्हच्या माध्यमातून जनतेला

उद्देशून भावपूर्ण भाषण केलं. कोरोना काळात त्यांच्या सरकारने केलेल्या कामांची उजळणी सुरुवातीला केल्यावर आपला राजीनामा तयार असल्याचं त्यांनी सांगितलं. ते असंही म्हणाले की, कुणा दुसऱ्या शिवसैनिकाला मुख्यमंत्री व्हायचं असेल तर ते आपली खुर्ची सोडायला तयार असून, त्या व्यक्तीने (शिंदे यांनी) समोर येऊन काय ते बोलायला हवं.

फेसबुक लाईव्हनंतर थोड्याच वेळात त्यांनी सरकारी निवासस्थान असलेल्या 'वर्षा'चा निरोप घेतला. एका गाडीत ते स्वतः तर दुसऱ्या गाडीत त्यांची पत्नी रश्मी आणि पुत्र तेजस, तसंच आदित्य बसले होते. एरवी, मलबार हिल ते वांद्रे इथल्या 'मातोश्री'पर्यंतचं अंतर जेमतेम १५ मिनिटांत पार होतं; पण काय घडलं आहे हे तोवर सगळ्या शिवसैनिकांना कळून चुकल्यामुळे शेकडो शिवसैनिक रस्त्यावर जागोजागी जमा झाले. रस्त्याच्या कडेला उभ्या असणाऱ्या शिवसैनिकांना अभिवादन करायला उद्धव किमान पाच वेळा तरी गाडीतून खाली उतरले. काही महिला शिवसैनिकांना हुंदके अनावर झाले होते. त्या दिवशी १५ किलोमीटरचं अंतर पार करत आपल्या घरी पोहोचायला उद्धवना तब्बल एक तास लागला. 'आपण आता परत येणार नाही' असं त्यांनी 'वर्षा'मधून बाहेर पडताना म्हटल्याचं तिथल्या कर्मचाऱ्यांनी ऐकलं. उद्धव यांनी त्या संध्याकाळी भाषण देणं आणि 'वर्षा' बंगला सोडणं हे बंडखोर आमदारांना परत बोलावण्यासाठी केलेलं भावपूर्ण आवाहन असल्याचं राजकीय वर्तुळात मानलं गेलं.

फेसबुक लाईव्हनंतर थोड्याच वेळात त्यांनी सरकारी निवासस्थान असलेल्या 'वर्षा'चा निरोप घेतला. एका गाडीत ते स्वतः तर दुसऱ्या गाडीत त्यांची पत्नी रश्मी आणि पुत्र तेजस, तसंच आदित्य बसले होते. एरवी, मलबार हिल ते वांद्रे इथल्या 'मातोश्री'पर्यंतचं अंतर जेमतेम १५ मिनिटांत पार होतं; पण काय घडलं आहे हे तोवर सगळ्या शिवसैनिकांना कळून चुकल्यामुळे शेकडो शिवसैनिक रस्त्यावर जागोजागी जमा झाले.

उद्धव यांनी अशा प्रकारे 'वर्षा' सोडणं हे एका भावनिक आवाहनाप्रमाणे पाहिलं जात असलं, तरी राष्ट्रवादीचे काही कॉन्स्पिरसी थिअरिस्ट (षड्यंत्र सिद्धान्तवादी) दबक्या आवाजात याबद्दल संशय व्यक्त करत होते. सरकारी बंगला सोडून खुर्ची सोडण्याचा संदेश तर ठाकरे देत

नाहीत ना, अशी चर्चा राष्ट्रवादीत रंगू लागली होती. असं करण्यापूर्वी त्यांनी काँग्रेस आणि राष्ट्रवादीला विश्वासात का घेतलं नाही... ते काय फक्त शिवसेनेचं सरकार होतं का... राष्ट्रवादी आणि काँग्रेस यांच्यापासून पिच्छा सोडवण्यासाठी स्वतः उद्धवने या कटाचं समर्थन तर केलं नाही ना... अशा तर्क-वितर्कांना ऊत आला होता.

उद्धव यांनी सरकारी निवासस्थान सोडल्याच्या दुसऱ्या दिवसापासूनच बंडखोर आमदारांच्या घरांवर आणि कार्यालयांवर शिवसैनिकांनी हल्ले करायला सुरुवात केली. मुंबई, पुणे आणि इतर ठिकाणच्या बंडखोर आमदारांच्या कार्यालयात तोडफोड झाली. त्यांचे पुतळे जाळण्यात आले. रस्त्यांवरच्या त्यांच्या होर्डिंग्जना काळं फासण्यात आलं. ठाण्यात एकनाथ शिंदे यांचा दरारा असल्याने तिथे मात्र असं काही झालं नाही. त्यानंतर, सर्व बंडखोर आमदारांच्या कुटुंबीयांना केंद्रीय पोलीस दलाचं संरक्षण देण्यात आलं. ठाण्याला एकनाथ शिंदेंच्या घराबाहेर सीआरपीएफचे जवान तैनात करण्यात आले.

उद्धव यांनी सरकारी निवासस्थान सोडल्याच्या दुसऱ्या दिवसापासूनच बंडखोर आमदारांच्या घरांवर आणि कार्यालयांवर शिवसैनिकांनी हल्ले करायला सुरुवात केली. मुंबई, पुणे आणि इतर ठिकाणच्या बंडखोर आमदारांच्या कार्यालयात तोडफोड झाली. त्यांचे पुतळे जाळण्यात आले. रस्त्यांवरच्या त्यांच्या होर्डिंग्जना काळं फासण्यात आलं.

इकडे, गुवाहाटीमध्ये पोहोचलेले बंडखोर आमदार अतोनात तणावाखाली होते. सगळ्यांनीच आपली राजकीय कारकीर्द पणाला लावली होती. समजा हे 'ऑपरेशन' अयशस्वी ठरलं तर आपली काही खैर नाही, हे ते सर्व जाणून होते. पक्ष बदल करण्याची कारवाई होऊ नये यासाठी आमदारांची संख्या दोन तृतीयांश असणं गरजेचं होतं. म्हणजेच, किमान ३७ आमदार त्यांच्या गटात असायला हवे होते. तूर्तास फक्त ३० आमदार तेवढे होते. आमदारांना असं काळजीत पडलेलं पाहून शिंदे यांनी सगळ्यांना धीर देत सांगितलं की, अजून काही आमदार लवकरच येऊन पोहोचणार आहेत. यदाकदाचित हे 'ऑपरेशन' असफल झालंच, तर आपण प्राण पणाला लावू; पण इतर

कुणाला काहीही होऊ देणार नाही, सगळ्यांनी निघून जावं, असंही ते म्हणाले. एक मोठा राजकीय पक्ष आपल्याबरोबर आहे असं त्यांनी आमदारांना सांगितलं. तो मोठा पक्ष म्हणजे भाजप हे सगळेच जाणून होते.

शिंदेंचं सांगणं खरं ठरलं. दररोजच, उद्धवना सोडून एक-दोन आमदार त्यांच्या गटात सामील होऊ लागले. ज्या आमदारांना शिंदेंच्या गटात सामील व्हायचं असे, ते आधी सुरतेला जात आणि तिथून विशेष विमानाने त्यांना गुवाहाटी इथे पोहोचवण्यात येई. जेव्हा आमदार सदा सरवणकर हेही उद्धवना सोडून आले, तेव्हा शिंदेंच्या गोटात अगदी उत्साहाचं वातावरण पसरलं. शिवसेनेचा बालेकिल्ला समजल्या जाणाऱ्या माहीम विधानसभेचे सरवणकर आमदार असल्याने त्यांचं येणं अधिक महत्त्वाचं ठरलं. बाळासाहेबांच्या आदेशांचं पालन करायला वाटेल त्या थराला जाणारा कट्टर शिवसैनिक अशी त्यांची ओळख होती. त्यांच्याबाबत असं सांगितलं जाई की, एखादी संघटना किंवा विरोधी पक्ष जर शिवसेना भवनाबाहेर कुठल्या प्रकारचं आंदोलन वगैरे करत विरोध प्रकट करू लागला, तर सर्वप्रथम सरवणकर आपल्या कार्यकर्त्यांबरोबर तिथे पोहोचून त्या विरोधकांची चांगली धुलाई करून त्यांना तिथून पळवून लावत. याच दरम्यान, आणखी एका व्यक्तीचं शिंदे कंपूशी जोडलं जाणं मोठं रोचक ठरलं. ती व्यक्ती होती रवींद्र फाटक. वाचकांना आठवत असेलच की, बंडखोर आमदारांची मनधरणी करायला उद्धव ठाकरे यांनी पहिल्याच दिवशी आपले सचिव मिलिंद नार्वेकर यांच्याबरोबर त्यांनाच सुरतेला पाठवलं होतं. आता फाटक स्वतःच बंडखोरांबरोबर होते. फाटक हे विधानसभा सभासद नसून विधानपरिषद सभासद आहेत. अशा प्रकारे, शिंदेंच्या गोटाला पक्षबदल कायद्यापासून वाचण्यासाठी आवश्यक असलेली

शिंदेंचं सांगणं खरं ठरलं. दररोजच, उद्धवना सोडून एक-दोन आमदार त्यांच्या गटात सामील होऊ लागले. ज्या आमदारांना शिंदेंच्या गटात सामील व्हायचं असे, ते आधी सुरतेला जात आणि तिथून विशेष विमानाने त्यांना गुवाहाटी इथे पोहोचवण्यात येई. जेव्हा आमदार सदा सरवणकर हेही उद्धवना सोडून आले.

आमदारांची संख्या गुरुवार २३ जूनच्या दुपारी जवळपास पूर्ण झाली. सोबत असणाऱ्या ४२ आमदारांसमवेत शिंदे यांनी आपला फोटो प्रसिद्ध केला.

तत्पूर्वी, शिंदेंसोबत गेलेले दोन आमदार उद्धव ठाकरेंच्या गटात परतले. ते होते उस्मानाबादचे कैलास पाटील आणि बाळापूरचे नितीन देशमुख. कैलास पाटील यांनी सांगितलं की, विधानपरिषद मतदानानंतर त्यांना एकनाथ शिंदेंच्या बंगल्यावर बोलावण्यात आलं होतं. तिथून त्यांना ठाण्याला महापौर बंगल्यात नेण्यात आलं. तिथे पोहोचल्यावर सांगण्यात आलं की, शिंदे साहेब कुठे दुसरीकडे भेटणार आहेत. त्यानंतर त्यांना वेगळ्या गाडीत बसवण्यात आलं. गाडी सरळ मुंबई-अहमदाबाद महामार्गाला लागली. काहीतरी काळंबेरं असल्याचा संशय पाटील यांना आला. गाडी जेव्हा महाराष्ट्र-गुजरातच्या सीमारेषेवर पोहोचली तेव्हा तिथे पोलिसांची नाकाबंदी होती. ट्रॅफिक जाम झाला होता. गाडीतून उतरून थोडं चालत सीमा ओलांडावी लागेल, असं गाडी चालकाने पाटील यांना सांगितलं. ती संधी साधत पाटील यांनी तिथून पोबारा केला. काही वेळ चालल्यावर त्यांनी आधी एका मोटारसायकलस्वाराला आणि मग एका ट्रक ड्रायव्हरला लिफ्ट मागितली. अशा प्रकारे ते पुन्हा मुंबईत आले. त्यांना ज्या प्रकारे जबरदस्तीने नेण्यात आलं होतं, तसंच इतर अनेक आमदारांनासुद्धा जबरदस्तीने नेल्याचा आरोप त्यांनी केला.

> **तत्पूर्वी, शिंदेंसोबत गेलेले दोन आमदार उद्धव ठाकरेंच्या गटात परतले. ते होते उस्मानाबादचे कैलास पाटील आणि बाळापूरचे नितीन देशमुख. कैलास पाटील यांनी सांगितलं की, विधानपरिषद मतदानानंतर त्यांना एकनाथ शिंदेंच्या बंगल्यावर बोलावण्यात आलं होतं. तिथून त्यांना ठाण्याला महापौर बंगल्यात नेण्यात आलं.**

पाटील जरी गुजरातच्या सीमेवरून परत आले होते, तरी नितीन देशमुख सुरतेपर्यंत पोहोचले होते. देशमुख यांनी सांगितलं की, विधानपरिषद निवडणुकीनंतर त्यांना शिंदेंच्या बंगल्यावर बोलावण्यात आलं होतं. कुठलंही कारण न देता, एका गाडीत घालून त्यांना पालघरच्या दिशेने नेण्यात आलं. तिथे असलेले शिवसेना आमदार श्रीनिवास वनगा

यांच्या घरी जायचं आहे असं त्यांना वाटलं. पालघरला रस्त्यालगत एका ढाब्यापाशी थांबून जेव्हा मंडळी चहा पिऊ लागली तेव्हा देशमुखांना जरा शंका आली. हा रस्ता नेमका कुठे जातो असं त्यांनी ढाबेवाल्याला विचारलं, तेव्हा तो मुंबई-अहमदाबाद महामार्ग असल्याचं त्याने सांगितलं. अशातच, शंभुराजे देसाई, संदीपन भुमरे आणि अब्दुल सत्तार हे तीन मंत्री तिथे येऊन पोहोचले. त्यांची शिंदेंशी फोनवर काही चर्चा झाली. देशमुखांना पुन्हा गाडीत बसवण्यात आलं. आता, सत्तार आणि भुमरेसुद्धा त्यांच्याबरोबर त्याच गाडीत बसले. गाडी सरळ गुजरातच्या दिशेने पुढे निघाली. बरोबर कोण येत आहे आणि कोण नाही याबद्दल ते दोन्ही मंत्री वाटेत सतत फोनवर चर्चा करत होते. नेमकं काय घडलं आहे हे देशमुखांना सुरतेच्या हॉटेलमध्ये पोहोचल्यावर समजलं. आपल्याला परत जायचं आहे असं त्यांनी शिंदेंना सांगितलं. ''१०-१५ मिनिटांत काय ते सांगतो,'' असं शिंदे म्हणाले; पण बराच वेळ गेला तरी देशमुखांची परत जाण्याची सोय काही केली गेली नाही. त्यानंतर त्यांनी स्वतःच तिथून पळून जाण्याचा प्रयत्न केला खरा; पण हॉटेलच्या बाहेर वेढा घातलेल्या पोलिसांनी त्यांना पकडून जबरदस्तीने सरकारी हॉस्पिटलमध्ये नेलं.

पाटील जरी गुजरातच्या सीमेवरून परत आले होते, तरी नितीन देशमुख सुरतेपर्यंत पोहोचले होते. देशमुख यांनी सांगितलं की, विधानपरिषद निवडणुकीनंतर त्यांना शिंदेंच्या बंगल्यावर बोलावण्यात आलं होतं. कुठलंही कारण न देता, एका गाडीत घालून त्यांना पालघरच्या दिशेने नेण्यात आलं. तिथे असलेले शिवसेना आमदार श्रीनिवास वनगा यांच्या घरी जायचं आहे असं त्यांना वाटलं.

नेमकं काय घडलं याबद्दल देशमुख सांगतात - मला हॉस्पिटलमध्ये का आणलं होतं? मी काही आजारी नाही. मला हृदयाची काही तक्रार नाही, शुगर नाही. माझं मन साशंक झालं. कुणाही डॉक्टरला मी माझ्या अंगाला हात लावू दिला नाही. मला काही एक झालेलं नाही, मला तपासायची गरजच नाही, असं मी त्यांना सांगितलं. परंतु, डॉक्टर आणि पोलीस यांच्यात सुरू असलेलं बोलणं ऐकून आणि त्यांचे

एकंदरीत हावभाव पाहून माझ्या मनात शंकेची पाल चुकचुकली. तितक्यात एक डॉक्टर मला म्हणाले, ''तुम्हाला हार्ट ॲटॅक आलाय.'' मी म्हटलं, ''काहीही काय! मला कुठला हार्ट ॲटॅक आलाय?'' मला त्याच क्षणी समजून चुकलं की, माझ्याशी घातपात करण्याचं मोठं षड्यंत्र रचलं जात आहे. पुढचे तीन तास मी कुणालाही मला स्पर्श करू दिला नाही. शेवटी मात्र कुणीतरी माझ्या कंबरेला विळखा घातला, कुणी माझे हात पकडले, कुणी पाय जखडून टाकले, कुणी केस घट्ट धरले आणि कुणीतरी कंबरेवर खसकन इंजेक्शन दिलं. त्या क्षणी मला अक्षरशः रडू फुटलं. बायको-मुलांची आठवण आली. हार्ट ॲटॅक आल्याच्या निमित्ताने मला दुखापत करण्याचा त्या सगळ्यांचा प्रयत्न आहे असं मला वाटलं. त्यानंतर मी बेशुद्ध पडलो.

> **मला हॉस्पिटलमध्ये का आणलं होतं? मी काही आजारी नाही. मला हृदयाची काही तक्रार नाही, शुगर नाही. माझं मन साशंक झालं. कुणाही डॉक्टरला मी माझ्या अंगाला हात लावू दिला नाही. मला काही एक झालेलं नाही, मला तपासायची गरजच नाही, असं मी त्यांना सांगितलं. परंतु, डॉक्टर आणि पोलीस यांच्यात सुरू असलेलं बोलणं ऐकून आणि त्यांचे एकंदरीत हावभाव पाहून माझ्या मनात शंकेची पाल चुकचुकली.**

शुद्धीवर आल्यावर देशमुखांनी शक्तीऐवजी युक्ती वापरायचं ठरवलं, असं त्यांचं म्हणणं आहे. छत्रपती शिवाजी महाराजांनी जशी गनिमी काव्याने आग्र्यातून सुटका करून घेतली होती, तसंच त्यांनीही करायचं ठरवलं. त्यानंतर, कुठलाही विरोध न दर्शवता तेही इतर बंडखोर आमदारांसमवेत गुवाहाटीला रवाना झाले. देशमुखांचं असहकार्य पाहता त्यांना परत पाठवणं योग्य आहे असं शिंदे यांना वाटलं. अवघ्या काही तासांतच, एका विशेष विमानाने देशमुखांना नागपूरला रवाना करण्यात आलं. कोणत्याही आमदारावर कुठलीही जबरदस्ती करण्यात आलेली नाही, असंही देशमुखांच्या गोटाकडून सांगण्यात आलं.

साधारणतः, आठवड्यापासून हॉटेलमध्येच मुक्काम असणाऱ्या आमदारांचा त्यांच्या मतदारसंघातल्या कार्यकर्त्यांशीसुद्धा संपर्क तुटलेला होता. प्रसारमाध्यमांशी बोलण्याच्या दृष्टीने दीपक केसरकर यांना शिंदेंनी

आपला प्रवक्ता केलं. बाकीचे आमदार त्यांच्या कुटुंबीयांशिवाय इतर कुणाच्याही संपर्कात नव्हते. अशातच, सांगोला विधानसभेचे आमदार शहाजीबापू पाटील यांनी आपल्या भागाची हालहवाल जाणण्यासाठी एका कार्यकर्त्याला फोन लावला. कार्यकर्त्याने जेव्हा त्यांचं क्षेमकुशल विचारलं तेव्हा पाटील म्हणाले, 'काय झाडी! काय डोंगार! काय हाटेल! ओक्केमध्ये आहे...' त्यांचं हे बोलणं 'लीक' होऊन पाहता पाहता समाजमाध्यमांवर व्हायरल झालं. त्या वाक्यावर व्यंगात्मक मिम्स तयार होऊ लागले. त्यांचा आवाज रिमिक्स करून मराठी गाणी ऐकू येऊ लागली. पाटील यांच्या बोलण्यावरून असं दिसून आलं की, सगळे बंडखोर आमदार मोठ्या ऐषारामात राहत आहेत. हे बोलणं ऐकून शिवसेनेचे खासदार संजय राऊत संतापून म्हणाले, 'गुवाहाटीचं वारेमाप कौतुक सुरू आहे, महाराष्ट्रात काय स्मशान आहे का?'

शिंदे यांनी बंडखोरी केल्यावर उद्धव आणि आदित्य ठाकरे यांची सोबत करणाऱ्या उरलेल्या ज्येष्ठ आमदारांनी जागोजागी शिवसेनेच्या कार्यकर्त्यांचे मेळावे घ्यायला सुरुवात केली, जेणेकरून बंडखोरीचा परिणाम तळागाळातल्या कार्यकर्त्यांवर होणार नाही. अशाच एका संमेलनात संजय राऊत यांनी सांगितलं की, जे चाळीस आमदार गुवाहाटीला गेले आहेत त्यांचा आत्मा नष्ट झाला आहे. गुवाहाटीहून परत येतील ती निव्वळ त्यांची शरीरं. त्यांच्या या बोलण्याने गैरसमज निर्माण झाला. बंडखोर आमदारांना ते धमकावत आहेत असं मानलं गेलं. या लेखकाला दिलेल्या एका मुलाखतीत राऊत म्हणाले, 'जे शिंदे आज राष्ट्रवादी-काँग्रेसची साथ सोडून शिवसेनेला भाजपबरोबर जायला सांगत आहेत तेच शिंदे २०१४साली जेव्हा भाजप-सेनेचं सरकार आलं तेव्हा भाजपपासून वेगळं व्हायचा सल्ला देत

शिंदे यांनी बंडखोरी केल्यावर उद्धव आणि आदित्य ठाकरे यांची सोबत करणाऱ्या उरलेल्या ज्येष्ठ आमदारांनी जागोजागी शिवसेनेच्या कार्यकर्त्यांचे मेळावे घ्यायला सुरुवात केली, जेणेकरून बंडखोरीचा परिणाम तळागाळातल्या कार्यकर्त्यांवर होणार नाही. अशाच एका संमेलनात संजय राऊत यांनी सांगितलं की, जे चाळीस आमदार गुवाहाटीला गेले आहेत त्यांचा आत्मा नष्ट झाला आहे. गुवाहाटीहून परत येतील ती निव्वळ त्यांची शरीरं.

होते!’

गुवाहाटीच्या हॉटेलमध्ये शिंदे दिवसा सर्व आमदारांबरोबर बैठकी करायचे, टीव्ही चॅनेलला व्हिडिओ कॉलच्या माध्यमातून मुलाखती द्यायचे; पण रात्री सगळे आमदार निजल्यावर ते गुपचूप विमानतळावर पोहोचायचे. तिकडे मुंबईतून देवेंद्र फडणवीस, हुडी घालून, घराबाहेरचे टीव्ही कॅमेरे चुकवत तिथल्या विमानतळावर पोहोचायचे. रात्री कुठल्यातरी तिसऱ्याच शहरात भेटून शिंदे आणि फडणवीस रणनीतीवर चर्चा करायचे. या मुलाखती घडल्याची मान्यता स्वतः एकनाथ शिंदे यांनीच नंतर दिली. देवेंद्र फडणवीस यांच्या पत्नी अमृता यांनी एबीपी न्यूजशी बोलताना सांगितलं की, फडणवीस रात्री गायब होत होते... परंतु, शिंदे आणि फडणवीस यांच्यातल्या या गुप्त मुलाखती फार काळ गुप्त राहू शकल्या नाहीत. फडणवीस आणि शिंदे रात्री वडोदरा इथे भेटल्याची बातमी काही टीव्ही चॅनेलवाल्यांना एक दिवस मिळाली. मुंबईहून थेट वडोदरा इथे जाण्याऐवजी, चार्टर प्लेनने फडणवीस आधी इंदौर आणि तिथून वडोदरा इथे गेले. या भेटीच्या वेळेस अमित शाहसुद्धा उपस्थित असल्याचं समजलं.

> **गुवाहाटीच्या हॉटेलमध्ये शिंदे दिवसा सर्व आमदारांबरोबर बैठकी करायचे, टीव्ही चॅनेलला व्हिडिओ कॉलच्या माध्यमातून मुलाखती द्यायचे; पण रात्री सगळे आमदार निजल्यावर ते गुपचूप विमानतळावर पोहोचायचे.**

२१-२२ जूनला व्हिप जारी करून ज्या १६ आमदारांना पक्षाच्या बैठकीला बोलावलं होतं ते हजर राहिले नाहीत, म्हणून त्यांना पक्षबदल कायद्यांतर्गत अपात्र घोषित करावं, अशी तक्रार उद्धव ठाकरेंच्या गोटाने शिंदेंच्या गोटात गेलेल्या त्या १६ आमदारांविरुद्ध विधानसभा उपाध्यक्ष नरहरी झिरवळ यांच्याकडे केली. विधानसभेच्या कक्षाबाहेर कुठल्याही बैठकीत सहभागी होण्यासाठी जारी केलेल्या व्हिपवर पक्षबदल कायद्यान्वये कारवाई होऊ शकते का, या विषयावर कायदेतज्ज्ञांचा वाद झाला. या दरम्यान, महेश बालदी आणि विनोद अग्रवाल या दोन अपक्ष आमदारांनी उपाध्यक्ष झिरवळ यांना पत्र लिहून सांगितलं की, ते आमदारांना अपात्र घोषित करण्याच्या मागणीवर निर्णय घेऊ शकत नाहीत; कारण खुद्द

त्यांच्याविरुद्धच अविश्वास प्रस्ताव मांडण्यात आला आहे. झिरवळ यांनी त्यांच्यावर आणलेला अविश्वास प्रस्ताव तांत्रिकदृष्ट्या फेटाळला आणि १६ बंडखोर आमदारांविरुद्ध समन्स जारी केलं. आमदारांना अपात्र का घोषित करण्यात येऊ नये, याचं उत्तर त्यांनी २७ जूनच्या संध्याकाळपर्यंत द्यावं असं सांगण्यात आलं. या समन्सला आमदारांनी सर्वोच्च न्यायालयात आव्हान दिलं. त्यांना कायदेशीर मदत मिळावी म्हणून भाजपने त्यांचे रणनीतिज्ञ आशिष कुलकर्णी यांना त्यांच्या दिमतीला दिलं. आपल्या एकंदरीत राजकीय कारकिर्दीत तीन वेळा पक्ष बदलणारे कुलकर्णी महाराष्ट्र भाजपचे उपाध्यक्ष आहेत. ते ज्या पक्षात जातात त्या पक्षाच्या कुणा प्रभावशाली व्यक्तीचे 'खास माणूस' होतात असं त्यांच्याबद्दल म्हटलं जातं. ते जेव्हा ९०च्या दशकात शिवसेनेत होते तेव्हा पक्षाचे सर्वेसर्वा बाळासाहेब ठाकरेंच्या विशेष मर्जीत होते. ठाकरेंची त्यांच्यावर इतकी मर्जी बसली होती की, जेव्हा १९९९मध्ये तत्कालीन मुख्यमंत्री मनोहर जोशी यांनी राज्यपालांकडे आपला राजीनामा सादर करावा असं सांगण्यात आलं, तेव्हा त्या आदेशाचं पत्र 'वर्षा' या मुख्यमंत्र्यांच्या निवासस्थानी कुलकर्णीच घेऊन गेले होते. उद्धव यांच्या हातात शिवसेनेची सूत्रं आल्यावर कुलकर्णींचं त्यांच्याशी पटलं नाही. वर्ष २००३मध्ये ते काँग्रेसला जाऊन मिळाले. पाहता पाहता, सोनिया गांधी यांचे राजनैतिक सल्लागार अहमद पटेल यांचे ते निकटवर्तीय झाले. वर्ष २०१७मध्ये काँग्रेस सोडून ते पुन्हा भाजपकडे वळले. लवकरच, फडणवीसांच्या अंतस्थ गोटात त्यांनी स्वतःचं स्थान निर्माण केलं. २०२२च्या राज्यसभा निवडणुकांची रणनीती आखण्याची जबाबदारी फडणवीसांनी कुलकर्णींवरच सोपवली होती. आता, गुवाहाटीमध्ये उपस्थित बंडखोर आमदारांच्या कायदेशीर लढाईसाठी वकिलांची फौज, तसंच

या समन्सला आमदारांनी सर्वोच्च न्यायालयात आव्हान दिलं. त्यांना कायदेशीर मदत मिळावी म्हणून भाजपने त्यांचे रणनीतिज्ञ आशिष कुलकर्णी यांना त्यांच्या दिमतीला दिलं. आपल्या एकंदरीत राजकीय कारकिर्दीत तीन वेळा पक्ष बदलणारे कुलकर्णी महाराष्ट्र भाजपचे उपाध्यक्ष आहेत. ते ज्या पक्षात जातात त्या पक्षाच्या कुणा प्रभावशाली व्यक्तीचे 'खास माणूस' होतात असं त्यांच्याबद्दल म्हटलं जातं.

न्यायालयीन कागदपत्रं तयार करण्याची जबाबदारी त्यांच्यावरच होती. आमदारांना थोडा दिलासा देत न्यायालयाने उत्तर देण्याची तारीख १२ जुलै केली आणि एक दिवस आधी, म्हणजे ११ जुलैला पुढची सुनावणी ठेवली. त्याचबरोबर, विधानसभा उपाध्यक्ष हे त्यांच्याविरुद्ध आलेल्या अविश्वासाच्या ठरावावर निर्णय घेऊ शकतात का, हाही प्रश्न उपस्थित केला.

न्यायालयीन कागदपत्रं तयार करण्याची जबाबदारी त्यांच्यावरच होती. आमदारांना थोडा दिलासा देत न्यायालयाने उत्तर देण्याची तारीख १२ जुलै केली आणि एक दिवस आधी, म्हणजे ११ जुलैला पुढची सुनावणी ठेवली. त्याचबरोबर, विधानसभा उपाध्यक्ष हे त्यांच्याविरुद्ध आलेल्या अविश्वासाच्या ठरावावर निर्णय घेऊ शकतात का, हाही प्रश्न उपस्थित केला.

सर्वोच्च न्यायालयाची सुनावणी होताच भाजपमध्ये हालचाली सुरू झाल्या. राज्यपाल भगत सिंह कोश्यारी यांना भेटायला देवेंद्र फडणवीस २८ जूनच्या रात्री राजभवनात पोहोचले. राज्याच्या ठाकरे सरकारला समर्थन देणाऱ्या अनेक शिवसेना आमदार आणि अपक्षांनी सरकारप्रति अविश्वास दाखवल्याने ठाकरे सरकारने बहुमत गमावलं असून, मुख्यमंत्री उद्धव ठाकरे यांना आपलं बहुमत सिद्ध करण्यास सांगण्यात यावं, असं फडणवीस यांनी कोश्यारींना सांगितलं.

यानंतर आमदारांना गुवाहाटीहून गोव्याला आणण्याची तयारी करण्यात आली. गुवाहाटीमध्ये सातत्याने हवामान बिघडलेलंच होतं. राज्यपालांनी बहुमत सिद्ध करायला सांगितलं आणि हवामान बिघडल्याने विमानोड्डाण करता आलं नाही, तर आमदारांना मुंबईत पोहोचवणं कठीण होऊन बसलं असतं. गोवा-मुंबई हे हवाई अंतर केवळ ५० मिनिटांचं आहे. त्यामुळेच, आमदारांना गोव्याला घेऊन जाण्याचा निर्णय घेण्यात आला, जेणेकरून बहुमत सिद्ध करण्याची तारीख जाहीर होताच त्यांना ताबडतोब मुंबईला पोहोचवता यावं.

◆

८

दाखवा बहुमत

२९ जूनला सकाळपासूनच राजभवनाच्या समोर पत्रकारांची गर्दी झाली होती. राज्यपालांनी विधानभवनाच्या सचिवालयाला लिहिलेलं एक पत्र 'लीक' झालं होतं. ३० जून रोजी सकाळी ११ वाजता उद्धव ठाकरे यांना बहुमत सिद्ध करण्यासाठी लागणारी तयारी करण्यात यावी आणि सगळा प्रसंग 'लाईव्ह' दाखवण्यात यावा असं त्यात लिहिलं होतं. शिवसेनेचे ३९ आमदार मुंबईबाहेर असून, ते सरकारला पाठिंबा देत नसल्याच्या माध्यमांनी छापलेल्या बातम्या राज्यपालांच्या त्या बहुमत सिद्ध करण्याच्या आदेशामागे होत्या. संजय राऊत यांची काही आक्रमक विधानं आणि बंडखोर आमदारांच्या घरांवर, तसंच कार्यालयांवर होणारे हल्ले यांचाही उल्लेख त्यात होता.

भारतीय संविधानानुसार जी व्यक्ती मुख्यमंत्रीपदावर आरूढ होते, तिने विधानमंडळाच्या एका तरी सभागृहाचं सदस्य असणं आवश्यक असतं. ह्या- व्यतिरिक्त त्या व्यक्तीला आपलं बहुमत सिद्ध करावं लागतं. याची पडताळणी करण्यासाठी मुख्यमंत्रीपदाची खुर्ची प्राप्त केल्यावर त्या व्यक्तीला लवकरात लवकर विधानसभेत विश्वास मत जिंकावं लागतं. विश्वास मत जिंकण्यासाठी त्या व्यक्तीला सदनात असलेल्या एकूण संख्येच्या निम्म्याहून एकने अधिक मत म्हणजेच बहुमत मिळवावं लागतं. मुख्यमंत्र्यांच्या कार्यकाळादरम्यान एका निश्चित काळानंतर राज्यपालांना जर वाटलं की, मुख्यमंत्र्यांनी विधानसभेचं बहुमत गमावलं आहे, तर ते मुख्यमंत्र्यांना बहुमत सिद्ध करण्याचा आदेश देऊ शकतात. महाराष्ट्र विधानसभेत एकूण २८८ जागा आहेत.

म्हणजेच, जी व्यक्ती मुख्यमंत्री होईल तिच्याकडे किमान १४५ (ज्याला जादुई आकडा म्हणतात) आमदारांचं समर्थन हवं. विश्वास प्रस्तावादरम्यान जर काही आमदार गैरहजर राहिले किंवा काहींनी मतदानात सहभागी न होण्याचा निर्णय घेतला, तर हा आकडा १४५हून खाली येऊ शकतो. उद्धव ठाकरे जेव्हा नोव्हेंबर २०१९मध्ये मुख्यमंत्री झाले तेव्हा त्यांना १७० आमदारांचं समर्थन लाभलं होतं. आता प्रश्न असा होता की, बहुमतासाठी आवश्यक असा १४५ आमदारांचा पाठिंबा त्यांना उरला होता की नाही?

न्यायालयाकडून शेवटची आशा

बहुमत सिद्ध करण्याचा आदेश राज्यपालांनी दिल्यानंतर उद्धव राजीनामा देतील असं सगळ्यांना वाटत होतं; पण त्यांनी हार मानली नाही. त्यांच्या वकिलांनी ताबडतोब सर्वोच्च न्यायालयाकडे धाव घेतली. न्यायमूर्ती सूर्यकांत आणि जे.डी. पारडीवाला यांच्या सुट्टीतल्या खंडपीठासमोर सुनावणी सुरू झाली.

बहुमत सिद्ध करण्याचा आदेश राज्यपालांनी दिल्यानंतर उद्धव राजीनामा देतील असं सगळ्यांना वाटत होतं; पण त्यांनी हार मानली नाही. त्यांच्या वकिलांनी ताबडतोब सर्वोच्च न्यायालयाकडे धाव घेतली. न्यायमूर्ती सूर्यकांत आणि जे.डी. पारडीवाला यांच्या सुट्टीतल्या खंडपीठासमोर सुनावणी सुरू झाली.

उद्धव समर्थक गोटाचे वकील, ज्येष्ठ विधिज्ञ ए.एम. सिंघवी यांनी न्यायालयाला सांगितलं की, अजून १६ बंडखोर आमदार अपात्र ठरवण्यासंदर्भातल्या मुद्द्याचा निकाल लागलेला नसताना विश्वास मत परीक्षण करण्याचा आदेश चुकीचा आहे. उद्या जर ते १६ आमदार अपात्र घोषित झाले तर बहुमताच्या परीक्षणाचा उपयोग काय, असा प्रश्न त्यांनी उपस्थित केला. त्यांच्या मते, बहुमत परीक्षणाने गोंधळात टाकणारी परिस्थिती निर्माण होऊ शकते. बहुमत परीक्षण करण्याचा आदेश देण्याच्या आदल्या संध्याकाळी झालेल्या राज्यपाल कोश्यारी आणि देवेंद्र फडणवीस यांच्या भेटीच्या अनुषंगाने सिंघवी यांनी प्रश्न उपस्थित केले - संविधानाप्रमाणे राज्यपालांनी मुख्यमंत्र्यांच्या सल्ल्यानुसार

काम करायचं असताना इथे राज्यपाल मात्र विरोधी पक्ष नेत्यांच्या सल्ल्यानुसार काम करताना दिसत आहेत. मुळात, 'सुपरसॉनिक गती'ने बहुमत परीक्षण करण्याची गरज तरी काय आहे? नाही घेतलं दुसऱ्या दिवशी बहुमत परीक्षण तर काय आभाळ कोसळेल?

सिंघवी यांच्या या युक्तिवादाविरुद्ध बंडखोर आमदारांतर्फे ज्येष्ठ वकील नीरज किशन कौल यांनी आपलं मत मांडताना म्हटलं, 'बहुमत परीक्षण करण्यात कणमात्रही विलंब लावता कामा नये. कारण, राजनैतिक जबाबदारी निश्चित करण्याचा हा एकच मार्ग आहे. याच मार्गाने आमदारांच्या वाटाघाटींचा घोडाबाजार थोपवता येईल. सोळा आमदारांच्या अपात्रतेसंदर्भात उभा राहिलेला प्रश्न हा बहुमत परीक्षण थांबवण्याचं कारण ठरू शकत नाही. दोन्ही मुद्दे वेगवेगळे आहेत. ते असंही म्हणाले की, ३९ आमदारांनी शिवसेना सोडलेली नसून, तीच खरी शिवसेना आहे. सुनावणी दरम्यान राज्यपालांचे वकील महान्यायअभिकर्ता (सॉलिसिटर जनरल) तुषार मेहता यांनीदेखील आपली बाजू मांडली.

सिंघवी यांच्या या युक्तिवादाविरुद्ध बंडखोर आमदारांतर्फे ज्येष्ठ वकील नीरज किशन कौल यांनी आपलं मत मांडताना म्हटलं, 'बहुमत परीक्षण करण्यात कणमात्रही विलंब लावता कामा नये. कारण, राजनैतिक जबाबदारी निश्चित करण्याचा हा एकच मार्ग आहे. याच मार्गाने आमदारांच्या वाटाघाटींचा घोडाबाजार थोपवता येईल.'

प्रदीर्घ काळ चाललेल्या सुनावणीनंतर न्यायालयाने संध्याकाळी उशिरा आपला निर्णय दिला. सर्व पक्षांची बाजू ऐकल्यानंतर बहुमत परीक्षण थांबवण्याचं कुठलंही कारण दिसून येत नाही, असं त्यांनी सांगितलं. सर्वोच्च न्यायालयात दाखल केलेल्या, बंडखोर आमदारांना अपात्र घोषित करण्याच्या याचिकेच्या निर्णयाशी बहुमत परीक्षणाचा निकाल जोडलेला राहील, अशी अट घालत त्यांनी बहुमत परीक्षणाची अनुमती दिली. कैदेत असणारे राष्ट्रवादीचे आमदार अनिल देशमुख आणि नवाब मलिक यांना बहुमत परीक्षणासाठी बोलावण्यात येणाऱ्या विधानसभेच्या विशेष सत्रात सहभागी होण्याची अनुमती न्यायालयाने दिली.

शेवटची कॅबिनेट, वादग्रस्त निर्णय

एकीकडे, राज्यपालांनी उद्धव यांना बहुमत परीक्षणाचा आदेश दिला होता आणि न्यायालयात ही बाब प्रविष्ट होती, तर दुसरीकडे उद्धव यांनी आपल्या कॅबिनेटची बैठक बोलावली. एरवी, उद्धव कॅबिनेटच्या बैठकीत सहभागी होत असत ते व्हिडिओ कॉलच्या माध्यमातून; परंतु या वेळेस ते स्वतः मंत्रालयात पोहोचले. कॅबिनेटमध्ये शिवसेनेकडून उद्धव ठाकरे धरून आदित्य, सुभाष देसाई आणि अनिल परब असे शिवसेनेचे चारच मंत्री उपस्थित होते. बाकी सर्व कॅबिनेट मंत्री शिंदेंच्या गोटात सहभागी झाले होते. या कॅबिनेटमध्ये उद्धव यांच्याकडून घेण्यात आलेल्या काही निर्णयांनी सगळ्यांनाच धक्का बसला. त्यांनी 'औरंगाबाद'चं नाव बदलून 'संभाजीनगर' केलं.

एकीकडे, राज्यपालांनी उद्धव यांना बहुमत परीक्षणाचा आदेश दिला होता आणि न्यायालयात ही बाब प्रविष्ट होती, तर दुसरीकडे उद्धव यांनी आपल्या कॅबिनेटची बैठक बोलावली. एरवी, उद्धव कॅबिनेटच्या बैठकीत सहभागी होत असत ते व्हिडिओ कॉलच्या माध्यमातून; परंतु या वेळेस ते स्वतः मंत्रालयात पोहोचले.

मध्य महाराष्ट्राच्या मराठवाडा प्रांतात वसलेलं औरंगाबाद हे ऐतिहासिकदृष्ट्या महत्त्वाचं शहर आहे. पूर्वी या शहराचं नाव 'फतेहनगर' असं होतं. मुघलांनी ते जिंकल्यावर त्याचं नामकरण 'औरंगाबाद' असं झालं. मुघल राजवटीत औरंगाबाद ही दख्खनची राजधानी होती. औरंगजेबाची कबरदेखील औरंगाबादमध्ये आहे. औरंगजेबाच्या राजवटीचा मोठा कालावधी मराठ्यांशी संघर्ष करण्यात गेला. औरंगजेबाचा पहिला संघर्ष मराठी साम्राज्याचे संस्थापक छत्रपती शिवाजी महाराजांशी आणि मग त्यांचे पुत्र छत्रपती संभाजीराजांशी झाला. लढाईत मुघलांनी छत्रपती संभाजीराजांना ताब्यात घेऊन, अत्यंत क्रौर्याने त्यांची हत्या केली. त्याच छत्रपती संभाजीराजांचं नाव औरंगाबाद शहराला देण्याची शिवसेनेची कैक वर्षांची इच्छा होती. खरं म्हणजे, १९९५मध्ये जेव्हा शिवसेना-भाजप युती सरकार पहिल्यांदा महाराष्ट्रात सत्तेत आलं, तेव्हा मुख्यमंत्री मनोहर जोशींच्या कॅबिनेटने औरंगाबाद हे नाव बदलून 'संभाजीनगर' हे

नाव देण्याचा प्रस्ताव मान्य केला होता; परंतु त्या प्रस्तावाला न्यायालयात आव्हान दिलं गेलं. आधी हे प्रकरण उच्च न्यायालयात आणि तिथून सर्वोच्च न्यायालयात गेलं. न्यायालयात त्याचा काही निर्णय लागण्यापूर्वीच महाराष्ट्रात सत्ताबदल झाला. १९९९मध्ये शिवसेना-भाजपच्या युती सरकारच्या जागी काँग्रेस-राष्ट्रवादीचं सरकार आलं. मुख्यमंत्री विलासराव देशमुख यांनी न्यायालयात सरकारची भूमिका बदलली आणि ते नामांतरण होऊ शकलं नाही.

नामांतरणाला विरोध करणं काँग्रेसला भाग आहे. औरंगाबादमध्ये मुस्लीम समाज मोठ्या प्रमाणावर असून, इथे असदउद्दीन ओवैसीच्या एमआयएमचा चांगलाच दरारा आहे. इथले खासदार इम्तियाज जलील याच पक्षाचे आहेत. आपली अल्पसंख्याकांची व्होट बँक सुरक्षित राखण्यापायी काँग्रेसने नामांतरणाला नेहमीच विरोध केला आहे. जेव्हा तीन पक्षांचं महाविकास आघाडी सरकार स्थापन झालं, तेव्हा कुठल्याही संवेदनशील मुद्द्याला हात घालायचा नाही, असं निश्चित करण्यात आलं. परंतु, आता आपलं सरकार चांगलंच अडचणीत आलेलं पाहून ठाकरे यांनी त्या कराराकडे दुर्लक्ष करत हा वादग्रस्त निर्णय घेतला. शिवसेना हिंदुत्वापासून विन्मुख झाल्याचा आरोप करणाऱ्यांना औरंगाबादच्या या नामांतरण कृतीने उद्धव उत्तर देऊ पाहत होते. औरंगाबादच्या नामांतरणाचा हा मुद्दा हिंदुत्वाशी जोडूनच पाहिला जातो. औरंगाबादच्या जोडीने शेजारच्या उस्मानाबाद शहराचं नाव बदलून धाराशिव ठेवण्यात आलं.

नामांतरणाला विरोध करणं काँग्रेसला भाग आहे. औरंगाबादमध्ये मुस्लीम समाज मोठ्या प्रमाणावर असून, इथे असदउद्दीन ओवैसीच्या एमआयएमचा चांगलाच दरारा आहे. इथले खासदार इम्तियाज जलील याच पक्षाचे आहेत. आपली अल्पसंख्याकांची व्होट बँक सुरक्षित राखण्यापायी काँग्रेसने नामांतरणाला नेहमीच विरोध केला आहे.

नवी मुंबई इथे नुकत्याच उभारण्यात आलेल्या आंतरराष्ट्रीय विमानतळाच्या नावावरूनदेखील बराच वाद सुरू होता. त्या विमानतळाला बाळासाहेब ठाकरे यांचं नाव देण्याची शिवसेनेची इच्छा होती, तर दिवंगत समाजसेवक डी. बी. पाटील यांचं नाव दिलं जावं, असं स्थानिक संघटनांचं मागणं होतं. शेवटी, विमानतळाला पाटील यांचंच

नाव देण्याचा निर्णय उद्धव यांनी घेतला.

कॅबिनेटची बैठक संपवून उठताना उद्धव ठाकरे यांनी सर्वांना जाणीव करून दिली की, ही कदाचित त्यांच्या कॅबिनेटची शेवटची बैठक असू शकते. आपल्या पक्षाने केलेल्या विश्वासघाताबद्दल राष्ट्रवादी आणि काँग्रेस या दोन्ही पक्षांच्या मंत्र्यांची क्षमा मागत त्यांच्या सहकार्याबद्दल त्यांनी आभार मानले. औरंगाबादच्या नामकरणाच्या निर्णयामुळे काँग्रेसचे मंत्री मात्र सुन्न झाले होते.

भावपूर्ण भाषणानंतर उद्धव यांचा राजीनामा

सर्वोच्च न्यायालयाच्या निर्णयानंतर काही वेळातच, रात्री साडे नऊ वाजता उद्धव ठाकरे यांनी पुन्हा एकदा फेसबुक लाईव्हच्या माध्यमातून जनतेला उद्देशून भावपूर्ण भाषण केलं. साऱ्यांच्याच कयासानुसार ठाकरे यांनी मुख्यमंत्रीपदाचा राजीनामा देत असल्याची घोषणा करत त्या जोडीने विधानपरिषदेच्या सदस्यत्वाचाही राजीनामा दिला.

आपल्या १५ मिनिटांच्या भाषणात ठाकरे यांनी म्हटलं की, मुख्यमंत्रीपदाचा त्याग करण्यात त्यांना काही अडचण नाही. त्यांनी जे काही केलं होतं ते मराठी माणसासाठी आणि हिंदुत्वासाठी केलं होतं. ठाकरे म्हणाले, "अलीकडे, देशात सांप्रदायिक दंगे झाले; परंतु महाराष्ट्रातल्या तुमच्यासारख्या समजूतदार जनतेमुळे राज्यात दंगे झाले नाहीत. सीएए (नागरिकत्व दुरुस्ती कायदा) आणि एनआरसी (राष्ट्रीय नागरिकत्व नोंदणी) या मुद्द्यांवरूनसुद्धा देशभरात दंगे झाले; पण महाराष्ट्रात नाही. मुस्लिमांनी पण म्हणणं ऐकलं याचा उल्लेख करणं गरजेचं आहे."

आपल्या १५ मिनिटांच्या भाषणात ठाकरे यांनी म्हटलं की, मुख्यमंत्रीपदाचा त्याग करण्यात त्यांना काही अडचण नाही. त्यांनी जे काही केलं होतं ते मराठी माणसासाठी आणि हिंदुत्वासाठी केलं होतं. ठाकरे म्हणाले, "अलीकडे, देशात सांप्रदायिक दंगे झाले; परंतु महाराष्ट्रातल्या तुमच्यासारख्या समजूतदार जनतेमुळे राज्यात दंगे झाले नाहीत. सीएए (नागरिकत्व दुरुस्ती कायदा) आणि एनआरसी (राष्ट्रीय नागरिकत्व नोंदणी) या मुद्द्यांवरूनसुद्धा देशभरात दंगे झाले; पण महाराष्ट्रात नाही. मुस्लिमांनी पण म्हणणं ऐकलं याचा उल्लेख करणं गरजेचं आहे."

एकनाथ शिंदे आणि त्यांच्याबरोबर गेलेल्या आमदारांकडे रोख वळवून उद्धव म्हणाले, "लहानसं दुकान चालवणाऱ्यांना, रिक्षा चालवणाऱ्यांना शिवसेनेने नगरसेवक, आमदार, खासदार आणि मंत्री केलं आहे. आता हे लोक मोठे झाले आहेत. पक्षाने ज्यांना सारं काही दिलं, ते म्हणत आहेत की, ते नाराज आहेत आणि ज्याला काहीही मिळालेलं नाही तो सामान्य शिवसैनिक पक्षासोबत ठामपणे उभा आहे."

ठाकरे यांनी राज्यपाल भगतसिंह कोश्यारी यांच्याकडेही रोख वळवत म्हटलं, "गणतंत्र मूल्यांना सर्वश्रेष्ठ मानल्याबद्दल मी राज्यपालांचे आभार मानू इच्छितो. बहुमत परीक्षण केलं जावं असं पत्र (फडणवीसांकडून) मिळाल्यापासून २४ तासांच्या आत त्यांनी त्या संदर्भात आदेश जारी केला. विधानपरिषदेसाठी नामनिर्देशित १२ सदस्यांच्या नावांना स्वीकृती देत त्यांनी गणतंत्र मूल्यांचा असाच सन्मान राखावा, अशी मी त्यांना आठवण करून देऊ इच्छितो. आपण लवकरात लवकर हे केलंत तर आपल्याप्रति आमचा आदर कायम राहील.

आपल्या भाषणात काँग्रेसचं कौतुक करताना ठाकरे म्हणाले, "महाविकास आघाडीचा एखादा पक्ष धोका देईल अशी चर्चा सतत होत आली आहे; परंतु अशोक चव्हाण यांनी मला सांगितलं की, तुमची माणसं जर महाविकास आघाडीच्या काँग्रेस किंवा राष्ट्रवादीपायी नाराज असतील तर आम्ही सरकारमधून बाहेर पडून तुमच्या सरकारला बाहेरून समर्थन देऊ शकतो."

आपल्या भाषणात काँग्रेसचं कौतुक करताना ठाकरे म्हणाले, "महाविकास आघाडीचा एखादा पक्ष धोका देईल अशी चर्चा सतत होत आली आहे; परंतु अशोक चव्हाण यांनी मला सांगितलं की, तुमची माणसं जर महाविकास आघाडीच्या काँग्रेस किंवा राष्ट्रवादीपायी नाराज असतील तर आम्ही सरकारमधून बाहेर पडून तुमच्या सरकारला बाहेरून समर्थन देऊ शकतो."

आपल्या भाषणात उद्धव यांनी दिवंगत पिता बाळासाहेब ठाकरेंचा उल्लेख करत म्हटलं, "आपण बाळासाहेब ठाकरेंच्या मुलाला मुख्यमंत्र्याच्या खुर्चीतून खाली खेचत शिवसेनेची सत्ता हिसकावून घेतल्याच्या आनंदात

ते (भाजप) जल्लोष करत आहेत. आम्ही त्यांचा हा आनंद त्यांच्यापासून हिरावून घेणार नाही. त्यांच्या वाटेत येऊ नये असं आवाहन मी शिवसैनिकांना करतो.''

संविधानाच्या व्यवस्थेनुसार मुख्यमंत्र्यांचा राजीनामा हा केवळ त्यांचा राजीनामा नसून त्यांच्या संपूर्ण मंत्रिमंडळाचा राजीनामा मानला जातो. भाषण झाल्यावर साधारण तासाभरातच आपला मुलगा आदित्य याच्याबरोबर राजभवनात पोहोचून उद्धव यांनी राज्यपाल कोश्यारी यांच्याकडे आपला राजीनामा सुपूर्द केला. उद्धव यांनी राजीनामा देताच भाजपचे कार्यकर्ते आणि गुवाहाटीहून गोव्याला पोहोचलेले बंडखोर आमदार यांना आनंदाचं भरतं आलं. आमदारांना पणजी इथल्या ताज कन्व्हेन्शन हॉटेलमध्ये उतरवलं होतं. गुवाहाटीहून निघण्यापूर्वी सर्व आमदारांनी कामाख्या देवीचं दर्शन घेतलं होतं.

शरद पवार यांनी सावध केलं होतं

उद्धव ठाकरे यांनी राजीनामा देताच ३१ महिन्यांच्या आघाडी सरकारचा अंत झाला. सरकार धोक्यात असल्याची कल्पना शरद पवार यांना चार-पाच महिन्यांपूर्वीच आली असल्याची चर्चा राजकीय वर्तुळात रंगली होती. शिवसेना आणि महाविकास आघाडीत असंतोष पसरत असल्याबद्दल पवार यांनी उद्धव यांना सावध केलं होतं. आपल्या पक्षाची आणि महाविकास आघाडीमध्ये अंतर्भूत असणाऱ्या पक्षांची नेतेमंडळी यांना भेटणं-बोलणं सुरू करावं, अन्यथा बंडखोरीला तोंड द्यावं लागेल असा सल्लाही त्यांनी उद्धव यांना दिला होता. उद्धव यांनी त्यांच्या सल्ल्याकडे फारसं लक्ष दिलं नाही, असं म्हटलं जातं.

ठाकरेंशी भेट होऊ शकत नसल्याची तक्रार महाविकास आघाडीचे लहान घटक पक्षदेखील पवारांकडे करत होते. सरकारला आपली गरज उरली नाही अशी भावना त्यांच्या मनात वाढीला लागली होती. मुख्य घटक पक्ष असणाऱ्या काँग्रेसने हाय कमांडकडे तक्रार केली होती की, मुख्यमंत्री कार्यालयाकडून मंत्र्यांच्या भेटीची वेळ मिळत नाही. कित्येक प्रकल्पांमध्ये मुख्यमंत्र्यांच्या मध्यस्थीची आवश्यकता होती; परंतु मुख्यमंत्री उपलब्ध होतच नव्हते. मोठे निर्णय घेताना सरकार आपल्याशी विचारविनिमय करत नाही, याचीही खंत काँग्रेसला होती.

इतक्या मोठ्या संख्येने मंत्री आणि आमदार एकत्र राज्यातून निघून गेले, तरी महाराष्ट्र पोलीस यांच्या गुप्तचर यंत्रणेला त्याचा सुगावा न लागल्यामुळेही शरद पवार नाराज होते. गृहविभाग राष्ट्रवादीच्या अखत्यारीत होता आणि दिलीप वळसे- पाटील गृहमंत्री होते. त्यांना पवारांची नाराजी झेलावी लागली. एखादा मंत्री जर कुठल्या दुसऱ्या राज्यात गेला तर त्याच्या संरक्षणाची जबाबदारी असणाऱ्या पोलिसांनी त्या गोष्टीची कल्पना आपल्या वरिष्ठांना देणं नियमांनुसार बंधनकारक असतं. पोलिसांकडे हत्यारं असतात, त्यामुळे दुसऱ्या राज्यात गेल्यावर त्यांना कुठल्याही अडचणींना तोंड द्यावं लागू नये यासाठी त्यांनी त्यांच्या वरिष्ठांना ही माहिती देणं गरजेचं असतं. सर्वसाधारणपणे, राज्याचा गुप्तवार्ता विभाग राजकीय नेत्यांच्या हालचालींवर नजर ठेवतो; परंतु या बंडखोरीची बातमी त्यांनाही वेळेवर मिळू शकली नाही. वेळेवर बातमी मिळाली असती तर हे बंड थोपवता आलं असतं, तसंच शिंदेंच्या गोटात जाणाऱ्या मंत्र्यांना आणि आमदारांना थांबवता आलं असतं, असं राष्ट्रवादीच्या नेत्यांचं म्हणणं पडलं. हा असा विचार करणंच चुकीचं आहे, असं शिंदेंच्या गोटाचं म्हणणं आहे. सुरुवातीला, ३० आमदार निघून गेल्यावर सगळ्यांनाच बंडखोरीची बातमी मिळाली होती. त्यानंतरही रोज किमान दोन-तीन आमदार शिंदेंच्या गोटात सामील होत होते. बंडखोरीची बातमी मिळालेली असतानाही त्यांना का बरं थांबवता आलं नाही? महाराष्ट्र सोडण्यापूर्वी या बंडखोर आमदारांनी महाराष्ट्र राज्य पोलिसांच्या सुरक्षेचा त्याग केला होता, ही गोष्ट इथे लक्षात घेणं गरजेचं आहे.

इतक्या मोठ्या संख्येने मंत्री आणि आमदार एकत्र राज्यातून निघून गेले, तरी महाराष्ट्र पोलीस यांच्या गुप्तचर यंत्रणेला त्याचा सुगावा न लागल्यामुळेही शरद पवार नाराज होते. गृहविभाग राष्ट्रवादीच्या अखत्यारीत होता आणि दिलीप वळसे- पाटील गृहमंत्री होते. त्यांना पवारांची नाराजी झेलावी लागली.

◆

९

पडद्यामागचं गणित

उद्धव ठाकरे यांच्या राजीनाम्यानंतर लगेचच देवेंद्र फडणवीस यांच्या मोबाईलवर एसएमएस आणि व्हॉट्स ॲप मेसेजेसचा महापूर आला. ऑपरेशन लोटस यशस्वी झाल्यावर पुन्हा मुख्यमंत्री होण्यासाठी देवेंद्र फडणवीस यांचा रस्ता मोकळा झाल्याचं सगळ्यांनाच वाटत होतं. पत्रकार आणि पक्षाचे नेते त्यांच्यावर अभिनंदनाचा वर्षाव करत होते. परंतु, फडणवीस यांनी कुणालाही उत्तर दिलं नाही. एरवी ते काही मोजक्या पत्रकारांच्या मेसेजेसना ताबडतोब उत्तर देत; परंतु त्याही पत्रकारांना त्यांनी या वेळेस कुठल्याही प्रकारे उत्तर दिलं नाही. सरकार स्थापन करण्याचा दावा ते कधी करणार आहेत आणि शपथविधी किती तारखेला होणार, हे जाणून घेण्यासाठी एबीपी न्यूजचा पत्रकार रौनक कुकडे याने त्यांना फोन केला. त्या वेळेस फडणवीस यांनी त्याला सांगितलं, "जरा थांबा. तुमच्यासाठी एक सरप्राइज आहे. चिक्कार बातम्या मिळणार आहेत तुम्हाला."

फडणवीस कोणत्या 'सरप्राइज'बद्दल बोलत असावेत असा प्रश्न रौनकला पडला. दुसऱ्या दिवशी म्हणजे ३० जूनच्या संध्याकाळी साडेचार वाजता एकनाथ शिंदे यांना मुख्यमंत्री करत असल्याची आणि आपण सरकारबाहेर राहत असल्याची घोषणा जेव्हा फडणवीस यांनी केली, तेव्हा हे गूढ उकललं. परंतु, आदल्या दिवशी फडणवीस जेव्हा सरप्राइजबद्दल बोलले होते, तेव्हा त्यांचा पक्षसुद्धा त्यांना सरप्राइज देणार आहे याची त्यांना सुतराम कल्पना नव्हती. त्याच संध्याकाळी साडे सहाच्या सुमारास त्यांना उपमुख्यमंत्रीपदाची शपथ घ्यायला सांगून

पक्षाने त्यांना हे सरप्राइज दिलं. पक्षाच्या या निर्णयाने ते अस्वस्थ झाले; परंतु नरेंद्र मोदी आणि अमित शाह यांच्या समजावण्यावरून ते शपथ घ्यायला तयार झाले.

चाणक्यनीतीचे अनुयायी अमित शाह यांना दीर्घ काळापासून जाणणारे लोक सांगतात की, गोपनीयता हा त्यांच्या कार्यशैलीचा महत्त्वाचा भाग आहे. 'नीड टू नो' या तत्त्वावर ते संघटनेत प्रत्येकाला माहिती देतात. ज्याला ज्या वेळेस जे जाणून घेणं गरजेचं आहे तितकंच त्याला त्या वेळेस सांगणं ही त्यांची कार्यपद्धती आहे. एक पाऊल उचलल्यावर पुढचं पाऊल कुठे टाकायचं, याची माहिती पाऊल टाकण्याची वेळ आल्यावरच दिली जाते. त्यांच्या सूचनेबरहुकूम काम करणाऱ्यांना कित्येकदा हे कोडंच असतं की, त्या सूचनेचं पालन करण्याने नेमकं काय होणार आहे. भाजपच्या आतल्या गोटात असंच मानलं जात होतं की, फडणवीस यांच्या भविष्याच्या दृष्टीने शाह यांनी काही ना काही विचार करून ठेवला आहे; परंतु जेव्हा स्वतः शाह यांना वाटेल तेव्हाच त्याचा खुलासा होईल.

चाणक्यनीतीचे अनुयायी अमित शाह यांना दीर्घ काळापासून जाणणारे लोक सांगतात की, गोपनीयता हा त्यांच्या कार्यशैलीचा महत्त्वाचा भाग आहे. 'नीड टू नो' या तत्त्वावर ते संघटनेत प्रत्येकाला माहिती देतात. ज्याला ज्या वेळेस जे जाणून घेणं गरजेचं आहे तितकंच त्याला त्या वेळेस सांगणं ही त्यांची कार्यपद्धती आहे.

भाजपकडून घेतल्या जाणाऱ्या प्रत्येक मोठ्या निर्णयामागे अमित शाह असतात, असं समजलं जातं. वर्ष २०१४मध्ये नरेंद्र मोदी पंतप्रधान झाले आणि त्यानंतर अमित शाह भाजपचे अध्यक्ष झाले. मोदी गुजरातचे मुख्यमंत्री असतानासुद्धा शाह त्यांच्या विशेष मर्जीतले होते. मोदींच्या कॅबिनेटमध्ये शाह गृहराज्यमंत्री होते. त्या काळात राज्यात अंडरवर्ल्डविरुद्ध राबवण्यात आलेल्या आक्रमक मोहिमेचं श्रेय शाह यांनाच दिलं जातं. तसं पाहिलं तर, त्या मोहिमेदरम्यान त्यांच्यावर गंभीर आरोप करण्यात आले होते. त्यांच्याविरुद्ध फौजदारी खटले दाखल करण्यात आले होते. न्यायालयीन आदेशानुसार त्यांना बराच काळ गुजरातबाहेर राहावं लागलं. शाह यांना मोदींचे तारणहार तर

म्हटलं जातंच, शिवाय, मोदींचा राजकीय प्रवास यशस्वी करण्यात त्यांचं फार मोठं योगदान आहे. पक्षाध्यक्ष झाल्यावर शाह यांनी आपलं लक्ष पक्ष विस्तारावर केंद्रित करायला सुरुवात केली आणि एकापाठोपाठ अनेक राज्यांत भाजप सरकार सत्तेत यायला सुरुवात झाली. भाजप जिथे निवडणूक निकालांनुसार सर्वांत मोठा पक्ष ठरला नव्हता, तिथेही त्यांची सत्ता आली. २०१९च्या लोकसभा निवडणुकीत त्यांच्या नेतृत्वाखाली पक्ष २०१४च्या तुलनेत अधिक सामर्थ्यशाली झाला. मोदी सरकारच्या दुसऱ्या कार्यकाळात शाह यांना गृहमंत्री करण्यात आलं. त्यानंतर, गृहमंत्री म्हणून त्यांनी अनेक महत्त्वाचे निर्णय घेतले. जम्मू-काश्मीरमध्ये कलम ३७० रद्द करून त्याचं विभाजन दोन केंद्रशासित प्रदेशांत करण्याचा त्यांचा निर्णय सर्वांत मोठा निर्णय आहे. जानेवारी २०२०मध्ये शाह यांच्या जागी जगत प्रकाश नड्डा भाजपचे राष्ट्रीय अध्यक्ष झाले, तरीदेखील शाहच पक्षाचे मुख्य रणनीतिज्ञ राहिले आहेत. महाराष्ट्रात भाजपची सत्ता आणण्याची रणनीती त्यांनीच आकाराला आणली होती. त्या संध्याकाळी तयार होऊन एकनाथ शिंदे जेव्हा त्यांच्या सरकारी निवासस्थानातून बाहेर पडून शपथ घेण्यासाठी राजभवनाकडे जायला निघाले, तेव्हा त्यांना अमित शाह यांचा फोन आला. त्यांचं अभिनंदन करत शाह म्हणाले, "शिंदेजी, हम लोग तो पुराने मित्र है। शिवसेना-भाजपा का गठबंधन तो पहले से है। आप चिंता मत करो। आपके पीछे हम चट्टान की तरह खडे है।"

पंतप्रधान नरेंद्र मोदी यांनीदेखील फोनवरून अभिनंदन करताना म्हटलं, "एकनाथजी, अच्छा काम करो। इस राज्य को प्रगतिपथ पर ले जाओ। आपको किसी भी चीज की कमी हम होने नहीं देंगे।"

पंतप्रधान नरेंद्र मोदी यांनीदेखील फोनवरून अभिनंदन करताना म्हटलं, "एकनाथजी, अच्छा काम करो। इस राज्य को प्रगतिपथ पर ले जाओ। आपको किसी भी चीज की कमी हम होने नहीं देंगे।"

शपथविधी समारंभानंतर राजकीय वर्तुळातले सगळेच त्या संध्याकाळी मिळालेल्या दोन सरप्राईजमागे नेमकं काय दडलं आहे हे शोधण्याच्या मागे लागले.

शिंदे यांना मुख्यमंत्रीपद का मिळालं?

केवळ ५० आमदार बाजूने असताना, १०६ आमदार असणाऱ्या भाजपने एकनाथ शिंदे यांना मुख्यमंत्रीपद का दिलं, या प्रश्नाचं उत्तर शोधण्यासाठी अलीकडच्या काळात महाराष्ट्राबाहेर राबवण्यात येणाऱ्या भाजपच्या रणनीतीकडे लक्ष द्यायला हवं. भाजपचं शासन असणाऱ्या बहुतांशी राज्यात मुख्यमंत्रीपदी त्या-त्या राज्यातल्या सर्वाधिक प्रभुत्व असणाऱ्या समाजातून आलेल्या कुणा व्यक्तीला मुख्यमंत्री किंवा पक्षाच्या राज्यशाखेचा प्रमुख म्हणून नेमलं जातं. गुजरातमध्ये २०२१मध्ये विजय रूपाणी यांना बाजूला सारत भूपेंद्र पटेल यांना मुख्यमंत्री करण्यामागे पक्षाची हीच नीती असल्याचं मानलं जातं. रूपाणी हे गुजरातचे पहिले जैन मुख्यमंत्री होते; पण राज्यात वर्चस्व होतं ते पाटीदार समाजाचं. पाच वर्षांपूर्वीपर्यंत, राज्याचे मुख्यमंत्री नियुक्त करताना त्यांची जात/समाज कोणती याकडे भाजप लक्ष देत नसे. परंतु, त्यानंतर रणनीती बदलण्यात आली. कोविड-१९ या महामारीचा सामना करताना रूपाणी यांची राजवट कमकुवत ठरली. २०२२च्या शेवटी गुजरातेत विधानसभा निवडणुका होणार होत्या. अशा परिस्थितीत, पंतप्रधान नरेंद्र मोदी आणि गृहमंत्री अमित शाह कुठलीही जोखीम घ्यायला तयार नव्हते. म्हणूनच, रूपाणी यांना बाजूला सारत पाटीदार समाजाच्या भूपेंद्र पटेल यांना मुख्यमंत्री करण्यात आलं. कर्नाटकात लिंगायतांची नाराजी पेलणं भाजपला शक्य नव्हतं. त्यामुळेच, लिंगायत समाजातून आलेल्या बी.एस. येडियुरप्पा या ज्येष्ठ नेत्याला पद सोडायला सांगताना त्यांच्या जागी बसवराज बोम्माई या लिंगायत नेत्यालाच मुख्यमंत्री करण्यात आलं. अशाच प्रकारे, उत्तराखंडात वर्चस्व असणाऱ्या राजपूत समाजाच्या पुष्कर सिंह धामी यांनाही भाजपने मुख्यमंत्री केलं.

महाराष्ट्रात मराठा समाजाचं वर्चस्व आहे. राज्याचे अधिकतर मुख्यमंत्री हे मराठा समाजाचेच राहिले आहेत. वर्ष २०१४मध्ये महाराष्ट्रात जेव्हा भाजप सत्तारूढ झालं, तेव्हा देवेंद्र फडणवीस यांच्या रूपात एका ब्राह्मणाला मुख्यमंत्री करून पक्षाने सगळ्यांना चकित केलं. फडणवीस यांच्या कार्यकाळात मराठा समाजाच्या आरक्षणाच्या मागणीपायी हिंसक आंदोलनं झाली, काही लोकांचे प्राण गेले. भाजपचा मुख्यमंत्री मराठा

समाजाचाच असेल हे त्या वेळेस निश्चित झालं. एकनाथ शिंदे मराठा समाजाचे तर आहेतच, शिवाय राज्याच्या कैक भागांवर त्यांची पकड पक्की आहे. भाजपकडे मराठी चेहरा नाही अशातला भाग नाही. चंद्रकांत पाटील, आशिष शेलार आणि विनोद तावडे यांच्यासारखे मराठा नेते भाजपकडे असले, तरीही पक्षाच्या उच्चस्तरीय नेत्यांच्या मते त्यांचा प्रभाव सीमित असून, त्यांना शिंदेंप्रमाणे जनाधार लाभलेला नाही. शिंदेंकडे जातीय पाठबळ आहे, पैसे उभे करण्याची ताकद आहे आणि जनाधारदेखील आहे. पुढे जाऊन शिंदे भाजपामध्ये सामील होण्याची शक्यता आहे, असं राजकीय वर्तुळात मानलं जातं.

फडणवीस उपमुख्यमंत्री का?

एकनाथ शिंदे यांना मुख्यमंत्री तर केलं; परंतु फडणवीसांसारख्या समर्थ नेत्याला त्यांच्या खालच्या, उपमुख्यमंत्रीपदावर का ठेवलं, हा प्रश्न सगळ्यांनाच पडला आहे. यामागे अर्थातच पक्षाचं राजकारण आहे. मुख्यमंत्रीपदी शिंदे असले तरी सरकारची शेंडी फडणवीसांच्या हाती राहील. सरकार चालवण्याचा पाच वर्षांचा अनुभव फडणवीस यांना आहे. नोकरशाहीवरची त्यांची पकड मजबूत आहे. खुर्चीवर कुणीही असलं तरी प्रत्यक्षात सरकार कुणी वेगळंच चालवत असल्याचं महाराष्ट्रात अनेकदा घडलं आहे. १९९५मध्ये मुख्यमंत्री मनोहर जोशी होते, मात्र सरकार बाळासाहेब ठाकरेंच्या मर्जीने चालत होतं. १९९९मध्ये मुख्यमंत्री राणे होते. पण, सत्तेचा रिमोट कन्ट्रोल ठाकरेंच्या हातात होता. अशाच प्रकारे, २०१९मध्ये आलेलं महाविकास आघाडीचं सरकार शरद पवार चालवत असल्याची चर्चा राजकीय वर्तुळात होत होती.

एकनाथ शिंदे यांना मुख्यमंत्री तर केलं; परंतु फडणवीसांसारख्या समर्थ नेत्याला त्यांच्या खालच्या, उपमुख्यमंत्रीपदावर का ठेवलं, हा प्रश्न सगळ्यांनाच पडला आहे. यामागे अर्थातच पक्षाचं राजकारण आहे. मुख्यमंत्रीपदी शिंदे असले तरी सरकारची शेंडी फडणवीसांच्या हाती राहील. सरकार चालवण्याचा पाच वर्षांचा अनुभव फडणवीस यांना आहे. नोकरशाहीवरची त्यांची पकड मजबूत आहे.

देवेंद्र फडणवीस यांच्या अवनतीचा प्रश्न उद्‌भवतो, तिथे हे लक्षात घ्यायला हवं की, मुख्यमंत्रीपद भूषवलेल्या व्यक्तीला कुणा दुसऱ्या मुख्यमंत्र्याच्या अधीन राहून काम करावं लागत असण्याचे प्रसंग महाराष्ट्रात अनेकवार घडले आहेत. नारायण राणे आणि अशोक चव्हाण यांच्याबाबत हेच दिसून आलं.

देवेंद्र फडणवीस यांच्या अवनतीचा प्रश्न उद्‌भवतो, तिथे हे लक्षात घ्यायला हवं की, मुख्यमंत्रीपद भूषवलेल्या व्यक्तीला कुणा दुसऱ्या मुख्यमंत्र्याच्या अधीन राहून काम करावं लागत असण्याचे प्रसंग महाराष्ट्रात अनेकवार घडले आहेत. नारायण राणे आणि अशोक चव्हाण यांच्याबाबत हेच दिसून आलं.

एका दगडात अनेक पक्षी

शिवसेनेत बंडखोरी घडवून आणि एकनाथ शिंदे यांना मुख्यमंत्री करून भाजपने एका दगडात अनेक पक्षी मारले आहेत. सगळ्यात महत्त्वाचं म्हणजे, पुन्हा एकदा भाजपच्या हातात सत्तेची सूत्रं आली आहेत. दुसरी महत्त्वाची बाब म्हणजे त्यांनी शिवसेनेसारख्या महाराष्ट्रातल्या मोठ्या पक्षाचे दोन तुकडे केले आहेत. शिवाय, शिंदे यांना मुख्यमंत्री करून आपल्याला पदाची हाव नाही, हा संदेश पक्षाने जनतेला दिला आहे. त्याहीपेक्षा महत्त्वाचं म्हणजे, २०२४च्या लोकसभा निवडणुकीत विजय मिळवण्यासाठी त्यांनी या बंडखोरीच्या माध्यमातून पहिलं पाऊल उचललं आहे. उत्तर प्रदेशानंतर, लोकसभेच्या सगळ्यात जास्त, ४८ जागा महाराष्ट्रात आहेत. अशातच, केंद्रात भाजप सरकार परत येण्यासाठी, महाराष्ट्रात भाजपचं स्थान मजबूत असणं गरजेचं आहे. या ४८ जागांपैकी किमान ४० जागा २०२४च्या निवडणुकीत जिंकणं हे भाजपचं उद्दिष्ट आहे.

शिवसेनेचे दोन तुकडे केल्याने भाजपला काय लाभ होऊ शकतो याची चुणूक २०२२च्या शेवटी होणाऱ्या बृहन्मुंबई महानगरपालिकेच्या निवडणुकीत पाहायला मिळेलच. या महानगरपालिकेचं अंदाजपत्रक हे अनेक लहान राज्यांच्या अंदाजपत्रकाहून जास्त असतं. गेल्या तीन दशकांपासून या महानगरपालिकेवर शिवसेनेची सत्ता राहिली आहे. त्यापैकी अनेक वर्षं, भाजप त्यांचा जोडीदार राहिला आहे. वर्ष २०१७मध्ये

जेव्हा दोन्ही पक्षांनी स्वतंत्रपणे निवडणूक लढवली होती, तेव्हा अंतिम निकालात भाजप केवळ दोन जागांनी शिवसेनेच्या मागे होता. मनसेच्या सात आमदारांच्या पाठबळावर आपला महापौर नेमणं भाजपला शक्य होतं. परंतु, शिवसेनेशी युती करूनच २०१९च्या लोकसभा निवडणुका लढायच्या आहेत, असा विचार करत देवेंद्र फडणवीस यांनी महापौरांची खुर्ची शिवसेनेसाठी सोडली. भाजपव्यतिरिक्त कुणाशी युती करून सरकार स्थापन केलं, तर ते असफल ठरतं हेच भाजपने महाविकास आघाडीचं सरकार पाडून दाखवून दिलं आहे. महाराष्ट्रात आघाडी पद्धतीचं सरकार स्थापन होताच अशाच पद्धतीने आपल्यालाही भाजपविरुद्ध आघाडी तयार करता येईल अशी चर्चा इतर अनेक राज्यांत आणि केंद्र स्तरावर होऊ लागली होती.

भाजपव्यतिरिक्त कुणाशी युती करून सरकार स्थापन केलं, तर ते असफल ठरतं हेच भाजपने महाविकास आघाडीचं सरकार पाडून दाखवून दिलं आहे. महाराष्ट्रात आघाडी पद्धतीचं सरकार स्थापन होताच अशाच पद्धतीने आपल्यालाही भाजपविरुद्ध आघाडी तयार करता येईल अशी चर्चा इतर अनेक राज्यांत आणि केंद्र स्तरावर होऊ लागली होती.

देशात सर्वाधिक तीक्ष्ण बुद्धीचे राजकारणी मानल्या गेलेल्या शरद पवारांच्या प्रतिमेवरदेखील हा हल्ला होता. असं मानलं जातं की, वयाच्या ऐंशीव्या वर्षीसुद्धा त्यांचा मेंदू पंचविशीच्या तरुणासारखा तरतरीत आहे. राजकारणात त्यांना शह देणं शक्य नाही असं समजलं जातं. काय वाटेल ते झालं तरी ते आपल्या पक्षाला सत्तेत ठेवण्यासाठी प्रसिद्ध आहेत.

भाजपचा 'प्लॅन बी' - राष्ट्रवादी समवेत सरकार?

एकनाथ शिंदे यांची बंडखोरी असफल झाली, तर महाराष्ट्रात सत्ता स्थापन करण्याची आणखी एक योजना तयार होती, अशी माहिती काही राजकीय पत्रकारांच्या कानांवर आली. या 'प्लॅन बी'नुसार राष्ट्रवादीसमवेत सरकार स्थापन करण्यात येणार होतं. शिंदेंच्या सोबत जुगाड जमलं नाही तर १५ जुलैपर्यंत राष्ट्रवादीच्या समर्थनाने सरकार

स्थापन करण्याची तयारीसुद्धा झाली होती. असंही सांगितलं जातं की, यासाठी राष्ट्रवादीचे राज्यस्तरीय नेते आणि खासदार यांनी भाजपच्या केंद्रीय नेत्यांशी संपर्क साधला होता. ज्या रात्री बंडखोर आमदारांना घेऊन शिंदे सुरतेला पोहोचले त्याच रात्री या दोघांचं भाजपच्या एका मोठ्या नेत्याशी बोलणं होत होतं. मात्र, शिंदे-फडणवीस सरकार सत्तेत आल्याने आणि राष्ट्रवादी, तसंच भाजप यांच्यातल्या बोलण्याला कोणत्याही पक्षाने दुजोरा न दिल्याने ही अफवा असल्याचं मानलं गेलं.

तसं तर, २०१४ ते २०२२ या दरम्यान महाराष्ट्रात इतक्या चित्रविचित्र घडामोडी घडल्या आहेत की, कल्पनेची कोणतीही भरारी सत्य ठरू शकेल. विचारधारा, तर्क, आम धारणा, निष्ठा या शब्दांना तर राज्याच्या राजकारणात काही स्थानच उरलेलं नाही.

◆

१०

नवं सरकार, नवी शिवसेना, नवे ठाकरे

म्हणतात ना, 'बळी तो कान पिळी,' अगदी त्याच न्यायाने ज्याचं सरकार त्याचे पोलीस. राजभवनात शपथ घेतल्यावर एकनाथ शिंदे आणि देवेंद्र फडणवीस ताबडतोब मंत्रालयात पोहोचले. प्रशासन सत्वर हाती घेणं त्यांच्यासाठी अत्यावश्यक होतं. गोव्यात थांबलेल्या बंडखोर आमदारांना मुंबईत आणताना शिवसैनिकांकडून राज्यात उपद्रव केला जाण्याची शक्यता होती. अशा वेळेस पोलिसांना योग्य सूचना देणं गरजेचं होतं. सर्वोच्च न्यायालयातून अपेक्षित दिलासा न मिळाल्याने उद्धव ठाकरे यांनी राजीनामा दिला होता आणि म्हणूनच बहुमत सिद्ध करण्याचा त्यांनी मांडलेला मुद्दादेखील निकालात निघाला होता. परंतु, नवीन मुख्यमंत्र्यांना आता विधानसभेत आपलं बहुमत सिद्ध करून दाखवावं लागणार होतं. त्यासाठी एक विशेष सत्र बोलावण्यात येऊन ३ आणि ४ जुलै या तारखा निश्चित झाल्या.

गोव्यात थांबलेल्या बंडखोर आमदारांना विशेष विमानाने मुंबईत आणण्यात आलं. त्यांना आणण्यासाठी शिंदे स्वतः गोव्यात पोहोचले. मुंबई विमानतळावर ढोल-ताशांच्या गजरात आमदारांचं भव्य स्वागत करण्यात आलं. कडेकोट बंदोबस्तात सर्व आमदारांना दक्षिण मुंबईच्या 'ताज विवांता' हॉटेलमध्ये पोहोचवण्यात आलं.

शिंदे यांचा पहिला विजय

विधानसभा प्रतोद पदासाठी आपल्या उमेदवाराची निवड होणं हे शिंदे-फडणवीस सरकारसमोर पहिलं आव्हान होतं. या युतीतर्फे राहुल

नार्वेकर यांना उमेदवार म्हणून निवडण्यात आलं. मुंबईच्या कुलाबा विधानसभेच्या जागेवरून नार्वेकर भाजपचे आमदार म्हणून निवडून आले होते. त्यांची राजकीय कारकीर्द जरी शिवसेनेकडून सुरू झाली असली, तरी २०१४ सालच्या निवडणुकीत पक्षाने त्यांना तिकीट दिलं नाही. म्हणून राष्ट्रवादीत सामील होऊन ते मावळच्या जागेसाठी निवडणुकीला उतरले. तिथे हरल्यावर नार्वेकर भाजपमध्ये सामील झाले.

प्रतोद पदासाठी त्यांची चुरस शिवसेनेच्या राजन साळवींशी होती. मतदानात त्यांच्या बाजूने १६४ मतं पडली. यामध्ये शिंदे गोटाची ३९ तर अपक्ष आमदारांची १३ मतं त्यांना मिळाली. साळवींना मिळालेल्या १०७ मतांत शिवसेनेच्या उरलेल्या १६ आमदारांच्या जोडीने काँग्रेस, राष्ट्रवादी यांचीही मतं सामील होती. सरकार स्थापन होत असताना महाविकास आघाडीला समर्थन देणाऱ्या समाजवादी पक्षाचे दोन्ही आमदार मतदानात सहभागी झाले नाहीत. अशा रीतीने, पंचेचाळीस-वर्षीय राहुल नार्वेकर सर्वांत तरुण प्रतोद म्हणून निवडले गेले.

प्रतोद पदासाठी त्यांची चुरस शिवसेनेच्या राजन साळवींशी होती. मतदानात त्यांच्या बाजूने १६४ मतं पडली. यामध्ये शिंदे गोटाची ३९ तर अपक्ष आमदारांची १३ मतं त्यांना मिळाली. साळवींना मिळालेल्या १०७ मतांत शिवसेनेच्या उरलेल्या १६ आमदारांच्या जोडीने काँग्रेस, राष्ट्रवादी यांचीही मतं सामील होती.

नार्वेकरांचं प्रतोद होणं हा शिंदे कंपूचा उद्धव यांच्यावर पहिला जय होता. विधानसभेच्या मंचावर अनेक महत्त्वाचे निर्णय घेण्याचा अधिकार प्रतोदाला असतो. त्यामुळे, या पदावर आपलं माणूस असणं शिंदे-भाजप युतीसाठी गरजेचं होतं. (तसं पाहिलं तर, प्रतोद हे पद कुठल्याही गटबाजीपासून निर्लेप मानलं जातं. प्रतोद हे स्थान कुणा पक्ष सदस्याचं नसून भवनप्रमुख म्हणून असतं. एखाद्या मुद्द्यावर दोन्ही पक्षांना सारखीच मतं पडली, तरच प्रतोद मतदान करतात. अशा वेळेस, त्यांची भूमिका टाय-ब्रेकरची असते.) प्रतोद पदावर आरूढ होताच नार्वेकर यांनी ठाकरेंच्या गोटाला झटके द्यायला सुरुवात केली. ठाकरेंच्या गोटातल्या प्रमुख व्हिप असणाऱ्या सुनील प्रभू यांची नियुक्ती रद्दबातल ठरवली. शाळेत मुख्याध्यापकाचं जे

स्थान असतं तेच स्थान विधानसभेतल्या एखाद्या पक्षात त्याच्या व्हिपचं असतं. त्यांच्या आदेशाचं पालन न केल्यास शिक्षा भोगावी लागू शकते. 'अमुक विषयाच्या समर्थनार्थ मत द्यायचं आहे की विरोधात' या संदर्भात सदनात पक्षाच्या सर्व आमदारांसाठी व्हिप (प्रतोद) आपल्या पक्षाकडून व्हिप (आदेश) जारी करतात. व्हिपने दिलेल्या हुकमाची पायमल्ली करणाऱ्याविरुद्ध पक्ष दंडात्मक कारवाई करू शकतो आणि विधानसभा त्या सदस्याचं सदस्यत्व रद्द करू शकते. हुकमाची पायमल्ली करणाऱ्या आमदारांची तक्रार व्हिप प्रतोदकडे करतात.

व्हिपव्यतिरिक्त उद्धव गोटाचे आमदार गटनेते अजय चौधरी यांची नियुक्तीदेखील प्रतोदांनी रद्दबातल ठरवली. त्याच जोडीने, त्यांनी एकनाथ शिंदे यांना आमदार गटनेते म्हणून मान्यता दिली. बंडखोरीची बातमी येताच उद्धव यांनी शिंदे यांना त्या पदावरून दूर केलं होतं. भरत गोगावले हे शिंदे गोटाचे व्हिप झाले.

व्हिपव्यतिरिक्त उद्धव गोटाचे आमदार गटनेते अजय चौधरी यांची नियुक्तीदेखील प्रतोदांनी रद्दबातल ठरवली. त्याच जोडीने, त्यांनी एकनाथ शिंदे यांना आमदार गटनेते म्हणून मान्यता दिली. बंडखोरीची बातमी येताच उद्धव यांनी शिंदे यांना त्या पदावरून दूर केलं होतं. भरत गोगावले हे शिंदे गोटाचे व्हिप झाले.

शिंदे यांनी जिंकला विश्वासदर्शक ठराव

४ जुलैला सकाळी ११ वाजता विधानसभेचं कामकाज सुरू झालं. सर्वप्रथम, आवाजी मतदानाच्या माध्यमातून एकनाथ शिंदे सरकारवर विश्वासदर्शक ठरावासाठी मतदान झालं, तरी मतांच्या विभागणीची मागणी झाली. त्यावर प्रतोद नार्वेकरांनी मतं मोजण्याचा आदेश दिला. विश्वासदर्शक ठरावाचं समर्थन करणाऱ्यांनी उजवीकडे तर विरोधात असणाऱ्यांनी डावीकडे बसावं असं सांगण्यात आलं. सदनाचे सर्व दरवाजे आतून लावून घ्यायचा आदेशही प्रतोदांनी दिला. त्यानंतर समर्थन देणारे आणि विरोध करणारे यांची मोजणी करण्याचं काम सुरू झालं. शिंदे सरकारच्या समर्थनार्थ १६४ मतं पडली (भाजप आमदार नार्वेकर हे प्रतोद झाल्याने त्यांनी मतदान केलं नाही, अन्यथा हा

आकडा १६५ झाला असता.) विरोधातली मतसंख्या भरली ९९. एआयएमआयएमच्या एका आणि समाजवादी पक्षाच्या दोन आमदारांनी मतदानात भाग घेतला नाही. शिंदे सरकारने विश्वास मत जिंकलं.

मतदानाच्या वेळेस मराठवाडा शिवसेनेचे आमदार संतोष बांगर यांनी सगळ्यांना चकित केलं. आदल्या दिवशीपर्यंत बांगर हे उद्धव ठाकरेंच्या विश्वासू गोटात सहभागी होते; पण मतदान करताना त्यांनी शिंदे सरकारच्या पारड्यात आपलं मत टाकलं. त्याबरोबर, शिंदे गोटात आनंदाची लाट उसळली. कारण, त्यांच्या बंडखोर आमदारांची संख्या आता ४० झाली होती. उद्धव यांच्यासोबत त्यांचे पुत्र आदित्य धरून केवळ १५ आमदार उरले होते.

मतदानाच्या वेळेस मराठवाडा शिवसेनेचे आमदार संतोष बांगर यांनी सगळ्यांना चकित केलं. आदल्या दिवशीपर्यंत बांगर हे उद्धव ठाकरेंच्या विश्वासू गोटात सहभागी होते; पण मतदान करताना त्यांनी शिंदे सरकारच्या पारड्यात आपलं मत टाकलं. त्याबरोबर, शिंदे गोटात आनंदाची लाट उसळली. कारण, त्यांच्या बंडखोर आमदारांची संख्या आता ४० झाली होती. उद्धव यांच्यासोबत त्यांचे पुत्र आदित्य धरून केवळ १५ आमदार उरले होते.

शिंदे कंपूतल्या सर्व शिवसेना आमदारांनी विश्वास प्रस्तावाच्या बाजूने मतदान करावं असा व्हिप (आदेश) त्यांचे व्हिप गोगावले यांनी जारी केला होता. उद्धव गोटाच्या सर्व १५ आमदारांनी प्रस्तावाच्या विरोधात मतदान केल्याने त्यांच्याविरुद्ध कारवाई करण्यात यावी, अशी तक्रार प्रतोदांकडे करण्याचा निर्णय घेण्यात आला... मात्र, ऐन वेळेस केवळ १४ आमदारांविरुद्ध तक्रार करण्यात आली. बाळासाहेब ठाकरेंप्रति असलेला आदर जपण्यासाठी आदित्य ठाकरे यांना कारवाईतून वगळण्यात आलं. शिंदे आणि ठाकरे यांच्यात समजुतीच्या गोष्टी करता येण्यासाठी जागा सोडण्याच्या दृष्टीने हा निर्णय घेतल्याचं राजकीय विश्लेषकांना वाटतं. त्यांना असंही वाटतं की, आदित्यसकट सर्व आमदारांवर व्हिप तक्रार केली गेली असती, तर विधानसभेचं सदस्यत्व संपुष्टात आलं असतं आणि त्यांच्या जागांवर पोटनिवडणुका झाल्या असत्या. परिणामतः, ठाकरे कंपूला सहानुभूतीचा लाभ मिळून मतं मिळाली असती.

विश्वास प्रस्तावावर मतदान करण्याच्या प्रसंगी २० आमदार गैरहजर

राहिले. त्याहीपेक्षा मोठं आश्चर्य म्हणजे काँग्रेस आमदारांची अनुपस्थिती. काँग्रेसचे ज्येष्ठ नेते आणि महाविकास आघाडीत मंत्री म्हणून कार्यरत असणारे अशोक चव्हाण आणि विजय वडेट्टीवारदेखील मतदानात सहभागी झाले नाहीत. त्यांना पोहोचायला उशीर झाल्याचं कारण दिलं जातं. ते विधानभवनात पोहोचेस्तोवर प्रतोदांच्या आदेशावरून सदनाचे दरवाजे आतून बंद झाले होते आणि मतमोजणी सुरू झाली होती. चव्हाण आणि वडेट्टीवार यांच्याव्यतिरिक्त प्रणिती शिंदे, जितेश अंतापूरकर, धीरज देशमुख, कुणाल पाटील, राजू आवळे, मोहन हंबर्डे, शिरीष चौधरी आणि माधवराव जवळगावकर ही मंडळीदेखील मतदान प्रसंगी गैरहजर राहिली. तीन दिवसांनी महाराष्ट्र काँग्रेस प्रमुख नाना पटोले दिल्लीला जाऊन पक्षाध्यक्ष सोनिया गांधी यांना भेटले आणि मतदान प्रसंगी गैरहजर राहणाऱ्या आमदारांविरुद्ध कारवाई करण्याची मागणी त्यांनी केली. ज्येष्ठ काँग्रेस नेत्यांच्या या वर्तनावर आपण नाराज असल्याचं काँग्रेस 'हाय कमांड'ने कळवलं. त्या प्रकरणाच्या चौकशीसाठी त्यांनी आपला प्रतिनिधी मुंबईला पाठवण्याचा निर्णय घेतला.

विश्वास प्रस्तावावर मतदान करण्याच्या प्रसंगी २० आमदार गैरहजर राहिले. त्याहीपेक्षा मोठं आश्चर्य म्हणजे काँग्रेस आमदारांची अनुपस्थिती. काँग्रेसचे ज्येष्ठ नेते आणि महाविकास आघाडीत मंत्री म्हणून कार्यरत असणारे अशोक चव्हाण आणि विजय वडेट्टीवारदेखील मतदानात सहभागी झाले नाहीत. त्यांना पोहोचायला उशीर झाल्याचं कारण दिलं जातं.

काँग्रेसव्यतिरिक्त राष्ट्रवादीचे सहा आमदार गैरहजर राहिले. यामध्ये अण्णा बनसोडे, संग्राम जगताप, दत्ता भरणे आणि बबन शिंदे यांचा समावेश होता. नवाब मलिक आणि अनिल देशमुख तुरुंगात असल्याने येऊ शकले नाहीत.

झटक्यावर झटके

एखादा फार मोठा भूकंप होऊन गेला की, पुढचे काही दिवस भूकंपाचे लहानसहान धक्के बसत राहतात, इंग्लिशमध्ये त्यांना आफ्टरशॉक्स म्हणतात. हे आफ्टरशॉक्स भूकंपाइतके इतके गंभीर आणि धोकादायक

नसतात. उद्धव ठाकरेंचं सरकार कोसळणं हा असाच एक भूकंप तर होताच, पण त्यानंतर जे आफ्टरशॉक्स आले त्यापायी आणखी तीव्र भूकंपाची शंका निर्माण झाली. सरकार तर हातातून गेलं होतंच, आता पक्षही हातातून निसटण्याचे संकेत मिळू लागले होते. गेल्या दोन पिढ्या ज्या शिवसेनेचे लगाम ठाकरे परिवाराच्या हातात होते ते आता शिंदेंच्या हातात जातात की काय अशी शंका घेण्याजोगी परिस्थिती निर्माण झाली होती.

एखादा फार मोठा भूकंप होऊन गेला की, पुढचे काही दिवस भूकंपाचे लहानसहान धक्के बसत राहतात, इंग्लिशमध्ये त्यांना आफ्टरशॉक्स म्हणतात. हे आफ्टरशॉक्स भूकंपाइतके इतके गंभीर आणि धोकादायक नसतात. उद्धव ठाकरेंचं सरकार कोसळणं हा असाच एक भूकंप तर होताच, पण त्यानंतर जे आफ्टरशॉक्स आले त्यापायी आणखी तीव्र भूकंपाची शंका निर्माण झाली.

या गंभीर परिस्थितीतून बाहेर पडण्यासाठी नेहमीचे साधे उपाय उपयोगी पडत नव्हते. राज्यात अचानक निर्माण झालेला राजकीय गोंधळ हा ठाकरे परिवारासाठी आपत्कालीन परिस्थिती ठरला होता. सामान्यतः, उद्धव ठाकरे यांनी तोवर जे केलं नव्हतं, ते करताना ते आता दिसू लागले. त्यांनी त्यांच्या कार्यकर्त्यांच्या गाठीभेटी घ्यायला सुरुवात केली. जवळपास रोजच ते दादर इथे असलेल्या पक्षाच्या शिवसेना भवन या मुख्यालयात जाऊन पक्षाच्या वेगवेगळ्या श्रेणीच्या पदाधिकाऱ्यांसमवेत बैठका घेऊ लागले. कित्येकांना बैठकांसाठी 'मातोश्री'वर बोलावू लागले. मुख्यमंत्री झाल्यावर ज्या पत्रकार परिषदा त्यांनी धड घेतल्या नव्हत्या, त्या घ्यायला त्यांनी आता सुरुवात केली. त्यांचा मुलगा आदित्यनेसुद्धा स्वतःला कामाला जुंपून घेतलं. शिवसेनेच्या शहरातल्या प्रत्येक शाखेत पोहोचून तिथल्या पक्ष कार्यकर्त्यांशी तो संवाद साधू लागला, पक्षाप्रतिच्या त्यांच्या निष्ठेला आवाहन करू लागला. कार्यकर्त्यांना धरून ठेवण्यासाठी आदित्यने शिव-संवाद यात्रासुद्धा सुरू केली. त्या यात्रेच्या निमित्ताने राज्याचा दौरा करून शिंदेंच्या विश्वासघातकीपणाबद्दल सर्व शिवसैनिकांना सांगायचं ठरलं. पक्ष हातातून जाऊ नये म्हणून ठाकरे कुटुंब प्रयत्नांची पराकाष्ठा करत होते.

शिंदेंच्या बंडखोरीनंतर उद्धव ठाकरे जरी बदलले होते, तरी वेळ टळून गेली होती. दर दिवशी त्यांना एक नवीन झटका बसत होता. ठाण्याचे माजी महापौर नरेश म्हस्के यांच्या पुढाकाराने तिथले ६६ माजी नगरसेवक शिंदे गोटात सामील झाले. ठाणे हा शिवसेनेचा गड मानला जात असल्याने आणि मुंबई महानगरपालिकेनंतर ठाणे महानगरपालिकेचा क्रमांक येत असल्याने उद्धव यांच्या कंपूला या बातमीने जोरदार झटका बसला. दुसऱ्या दिवशी म्हणजे, ८ जुलैला शेजारच्या कल्याण-डोंबिवली महानगरपालिकेच्या ५३ पैकी ४५ नगरसेवकांनी शिंदेंची वाट पकडली. पाठोपाठ, नवी मुंबई महानगरपालिकेच्या ३० माजी नगरसेवकांनी शिंदे गोटात प्रवेश केल्याची बातमी आली. औरंगाबाद हा शिवसेनेचा दुसरा गड मानला जातो. तिथले काही माजी नगरसेवक शिंदे यांना मिळाले. मुंबई महानगरपालिकासुद्धा उद्धव यांच्या हातून निसटते की काय अशी शंका त्यांना भेडसावू लागली होती. गेली तीन दशकं मुंबई महानगरपालिकेवर शिवसेनेचा ताबा होता; परंतु इथेसुद्धा शिंदेंच्या गोटाने धक्का दिला होता. १२ जुलै रोजी शिवसेना प्रवक्ता आणि माजी नगरसेवक शीतल म्हात्रेसुद्धा शिंदे कंपूत निघून गेल्या. महानगरपालिकेमध्ये असणारे शिवसेना स्थायी समिती अध्यक्ष यशवंत जाधव यांच्या पत्नी यामिनी जाधव आधीच शिंदे कंपूत सहभागी झाल्या होत्या.

शिंदेंच्या बंडखोरीनंतर उद्धव ठाकरे जरी बदलले होते, तरी वेळ टळून गेली होती. दर दिवशी त्यांना एक नवीन झटका बसत होता. ठाण्याचे माजी महापौर नरेश म्हस्के यांच्या पुढाकाराने तिथले ६६ माजी नगरसेवक शिंदे गोटात सामील झाले.

विविध महानगरपालिकांचे नगरसेवक तर शिंदे कंपूत सामील होत होतेच, पण संघटनेच्या वेगवेगळ्या पदांवर कार्यरत असणारे जिल्हाप्रमुख, शहरप्रमुख, संपर्कप्रमुख असे विविध पदाधिकारीदेखील शिंदे गोटात सामील होऊ लागले.

पक्षाचे दिग्गज नेते रामदास कदम १८ जुलैला जेव्हा पक्षापासून वेगळे झाले, तेव्हा उद्धव ठाकरेंना आणखी एक झटका बसला. वर्ष २०१४मध्ये झालेल्या भाजप-शिवसेना युती सरकारमध्ये कदम मंत्री

होते. पक्ष सोडण्यापूर्वी त्यांनी उद्धव ठाकरे यांना एक भावपूर्ण पत्रदेखील लिहून ते जाहीररीत्या प्रकाशित केलं. पत्रात कदम यांनी लिहिलं होतं 'मुख्यमंत्री झाल्यापासून आपल्या व्यग्रतेमुळे आपण शिवसेनेच्या नेत्यांना कधीच विश्वासात घेतलं नाही. उलट, मला आणि माझा मुलगा योगेश कदम याला कैकदा अपमानित केलंत. विधानसभा निवडणुकांपूर्वी आपण मला 'मातोश्री'वर बोलावून आदेश दिलात की, माझ्यावर कुणी टीकाटिपण्णी केली, पक्षाबद्दल किंवा 'मातोश्री'बद्दल कुणी काही बोललं, तर मी माध्यमांसमोर जाऊन कुठलंही स्पष्टीकरण देऊ नये. मला असं सांगण्यामागे नेमकं काय कारण आहे हे मला आजवर समजलेलं नाही. गेली तीन वर्षं मी तोंड दाबून सारं सहन करत आलो आहे. जेव्हा जेव्हा शिवसेनेवर काही संकट आलं तेव्हा तेव्हा मी केलेला संघर्ष संपूर्ण महाराष्ट्राने पाहिला आहे; महाराष्ट्राचा शिवसैनिक याचा साक्षीदार आहे. २०१९मध्ये आपण जेव्हा राष्ट्रवादी आणि काँग्रेस यांच्याबरोबर सरकार स्थापन करत होतात तेव्हा मी हात जोडून आपणास विनंती केली होती की, हिंदुत्वाचा मुद्दा जपत बाळासाहेब आयुष्यभर राष्ट्रवादी आणि काँग्रेस यांच्या विरुद्ध उभे राहिले. त्याच पक्षांशी युती करणं म्हणजे बाळासाहेबांच्या विचारांना तिलांजली देणं आहे असंही आपणास म्हणालो होतो. त्यावेळेस आपण माझं म्हणणं ऐकलं नाहीत म्हणून मी फार दुखावला गेलो. शिवसेनाप्रमुख असते तर माझ्यावर अशी वेळ आली नसती. म्हणूनच, मी 'शिवसेना नेतेपदाचा' राजीनामा देत आहे.'

पक्षाचे दिग्गज नेते रामदास कदम १८ जुलैला जेव्हा पक्षापासून वेगळे झाले, तेव्हा उद्धव ठाकरेंना आणखी एक झटका बसला. वर्ष २०१४मध्ये झालेल्या भाजप-शिवसेना युती सरकारमध्ये कदम मंत्री होते. पक्ष सोडण्यापूर्वी त्यांनी उद्धव ठाकरे यांना एक भावपूर्ण पत्रदेखील लिहून ते जाहीररीत्या प्रकाशित केलं.

रामदास कदम यांचं हे पत्र सार्वजनिक झाल्यानंतर अल्पावधीतच शिवसेना मुख्यालयातून एक प्रेस नोट जारी झाली. त्यात लिहिलं होतं की, कदम यांची पक्षातून 'हकालपट्टी' करण्यात येत आहे. पक्षातून असं बाहेर काढलेल्या कदमांनी विचारलं की, उद्धव असं कुणाकुणाला

पक्षातून बाहेर काढणार आहेत? शरद पवार यांनी शिवसेना संपवायची मोहीम उघडली असल्याचा आरोपही त्यांनी केला.

रामदास कदम यांच्याप्रमाणेच शिवसेना नेते आणि माजी खासदार आनंदराव अडसूळ यांनासुद्धा पक्षविरोधी कारवाई केल्याच्या आरोपाखाली काढून टाकण्यात आलं. पक्षाकडून डच्चू मिळण्याआधी त्यांनीसुद्धा पक्ष नेतेपदाचा राजीनामा दिला.

राष्ट्रपतीपदाची निवडणूक - उद्धव यांच्या निर्णयाने काँग्रेस नाराज

महाराष्ट्रात सुरू असलेल्या राजकीय घनघोर युद्धातच राष्ट्रपती निवडणुका येऊन ठेपल्या. त्यासाठी १८ जुलै रोजी मतदान होणार होतं. द्रौपदी मुर्मू यांना एनडीए (राष्ट्रीय लोकतांत्रिक आघाडी)ने उमेदवार म्हणून उभं केलं होतं. विरोधी पक्षाने संयुक्त उमेदवार म्हणून यशवंत सिन्हांना उभं केलं होतं. वर्ष १९९८मध्ये आकारास आलेला एनडीए हा देशाच्या सर्वाधिक मोठ्या दोन युतींपैकी एक आहे. वेगवेगळ्या राज्यांचे २७ पक्ष तिचे सदस्य आहेत. उद्धव ठाकरे हे एनडीएच्या विरोधी कंपूशी जोडलेले असल्याने त्यांचा पक्ष सिन्हा यांना समर्थन देईल असंच सगळ्यांना वाटत होतं. मात्र, असं झालं नाही. एनडीएच्या उमेदवार मुर्मू यांना समर्थन देऊन उद्धव ठाकरे यांनी सर्वांना धक्का दिला. आपल्या आदिवासी शिवसैनिकांनी तशी मागणी केल्याचा हवाला त्यांनी दिला.

महाराष्ट्रात सुरू असलेल्या राजकीय घनघोर युद्धातच राष्ट्रपती निवडणुका येऊन ठेपल्या. त्यासाठी १८ जुलै रोजी मतदान होणार होतं. द्रौपदी मुर्मू यांना एनडीए (राष्ट्रीय लोकतांत्रिक आघाडी)ने उमेदवार म्हणून उभं केलं होतं. विरोधी पक्षाने संयुक्त उमेदवार म्हणून यशवंत सिन्हांना उभं केलं होतं. वर्ष १९९८मध्ये आकारास आलेला एनडीए हा देशाच्या सर्वाधिक मोठ्या दोन युतींपैकी एक आहे.

मुर्मू यांना समर्थन देण्याची घोषणा करण्यापूर्वी उद्धव यांनी 'मातोश्री'वर खासदारांची एक बैठक बोलावली होती. त्या बैठकीत पक्ष प्रवक्ता, तसंच, राज्यसभेचे खासदार संजय राऊत आणि इतर खासदारांमध्ये खडाजंगी झाली. पक्षाने एनडीए उमेदवार द्रौपदी मुर्मू यांना समर्थन द्यावं अशी बहुतेक खासदारांची इच्छा

होती, तर राऊत यांच्या मते विरोधी पक्षाचे संयुक्त उमेदवार यशवंत सिन्हा यांना समर्थन द्यायला हवं होतं. शब्दाने शब्द इतका वाढला की, राऊत तडक बैठक सोडून निघून गेले. नंतर त्यांनी स्पष्टीकरण दिलं की, 'सामना'च्या कार्यालयात काही तातडीचं काम आल्याने त्यांना बैठकीतून उठावं लागलं. राऊत यांचा सल्ला नजरेआड करत ठाकरे यांना आपल्या खासदारांच्या मर्जीपुढे झुकावं लागलं. आपली सोबत सोडून एकनाथ शिंदेंच्या कंपूत जाण्याचं कुठलंही कारण ठाकरे त्यांच्या खासदारांना देऊ इच्छित नव्हते. शिंदे कंपूनेसुद्धा मुर्मूंना समर्थन दिलं.

राष्ट्रपतीपदाच्या निवडणुकीत युतीची पर्वा न करता स्वतंत्रपणे निर्णय देण्याचा शिवसेनेचा इतिहास आहे. यापूर्वी एनडीएत असतानासुद्धा शिवसेनेने राष्ट्रपतीपदासाठी उभ्या असलेल्या यूपीए उमेदवार प्रतिभा पाटील आणि प्रणव मुखर्जी यांना आपलं समर्थन दिलं होतं. मुर्मू यांना समर्थन देण्याच्या त्यांच्या या निर्णयानंतर महाविकास आघाडीत फूट पडणार असल्याची चर्चा सुरू झाली.

राष्ट्रपतीपदाच्या निवडणुकीत युतीची पर्वा न करता स्वतंत्रपणे निर्णय देण्याचा शिवसेनेचा इतिहास आहे. यापूर्वी एनडीएत असतानासुद्धा शिवसेनेने राष्ट्रपतीपदासाठी उभ्या असलेल्या यूपीए उमेदवार प्रतिभा पाटील आणि प्रणव मुखर्जी यांना आपलं समर्थन दिलं होतं. मुर्मू यांना समर्थन देण्याच्या त्यांच्या या निर्णयानंतर महाविकास आघाडीत फूट पडणार असल्याची चर्चा सुरू झाली.

उद्धव यांच्या विरोधात काँग्रेसकडून अतिशय तिखट प्रतिक्रिया आली. काँग्रेसचे महाराष्ट्रातले दिग्गज नेते आणि माजी मंत्री बाळासाहेब थोरात यांनी संतापून ट्विट केलं -

राष्ट्रपतीपदाची निवडणूक ही एक वैचारिक लढाई आहे. लोकशाही आणि संविधान रक्षणासाठी सुरू असलेला हा संघर्ष. स्त्री, पुरुष किंवा आदिवासी, बिगर आदिवासी अशी ही लढाई नाही.

शिवसेना हा एक वेगळा राजकीय पक्ष आहे, त्यामुळे ते त्यांची भूमिका घेऊ शकतात. मात्र, या वैचारिक लढाईत जेव्हा गैर लोकशाही मार्गाचा अवलंब करून राज्यातील सरकार पाडले गेले, शिवसेनेच्या अस्तित्वाला आव्हान दिले गेले, अशा परिस्थितीत शिवसेनेने घेतलेली

भूमिका अनाकलनीय आहे. शिवसेना महाविकास आघाडीत आहे; पण हा निर्णय घेताना त्यांनी आमच्याशी काहीही चर्चा केलेली नाही.

शिवसेना हा एक वेगळा राजकीय पक्ष आहे, त्यामुळे ते त्यांची भूमिका घेऊ शकतात. मात्र, या वैचारिक लढाईत जेव्हा गैर लोकशाही मार्गाचा अवलंब करून राज्यातील सरकार पाडले गेले, शिवसेनेच्या अस्तित्वाला आव्हान दिले गेले, अशा परिस्थितीत शिवसेनेने घेतलेली भूमिका अनाकलनीय आहे. शिवसेना महाविकास आघाडीत आहे; पण हा निर्णय घेताना त्यांनी आमच्याशी काहीही चर्चा केलेली नाही.

या संदर्भात राष्ट्रवादीने अगदी मोजूनमापून प्रतिक्रिया दिली. पक्षप्रमुख शरद पवार म्हणाले की, प्रत्येक पक्षाला आपला निर्णय घेण्याचा अधिकार असून, त्यांनी जर मुर्मू यांना समर्थन देण्याचा निर्णय घेतला असेल तर त्यांना तसा अधिकार आहे.

उद्धव गोटाने राष्ट्रपती निवडणुकीच्या वेळेस एनडीएच्या उमेदवाराला समर्थन दिलं; पण उपराष्ट्रपती निवडणुकीत वेगळा पवित्रा घेतला. त्यावेळेस एनडीएचे उमेदवार जगदीप धनखड यांना समर्थन देण्याऐवजी अपक्ष उमेदवार मार्गारेट अल्वा यांना समर्थन दिलं.

खासदारांची बंडखोरी

खासदारांच्या दबावाखाली येऊन उद्धव यांनी राष्ट्रपतीपदासाठी एनडीएच्या उमेदवारांना समर्थन जरी दिलं तरी तेवढ्याने त्यांच्या पक्षाचं खासदार दल वेगळं होण्यापासून थांबलं नाही. वाईट बातम्या येण्याचा ओघ सुरूच राहिला. पक्षाचे खासदार गट नेते आणि व्हिप बदलण्यात यावे म्हणून १९ जुलैला शिवसेनेच्या १२ खासदारांनी लोकसभा प्रतोद ओम बिर्ला यांना भेटून एक पत्र दिलं. उद्धव यांच्याकडून विनायक राऊत यांना खासदार गटनेते तर ठाण्याचे खासदार राजन विचारे यांना व्हिप म्हणून नेमण्यात आलं होतं. शिंदे समर्थक खासदारांनी प्रतोदांना सांगितलं की, राहुल शेवाळे यांना खासदार गटनेते म्हणून आणि भावना गवळी यांना व्हिप म्हणून मान्यता द्यावी. त्यांचं म्हणणं प्रतोदांनी मान्य केलं. अशा प्रकारे, उद्धव यांच्या हातातून लोकसभेचा खासदार गटही सुटला. लोकसभेत शिवसेनेचे एकूण १९ खासदार होते, त्यापैकी

१८ महाराष्ट्राचे तर एक खासदार दादरा, नगर हवेलीचा होता. लोकसभेचे बहुतांशी खासदार जरी शिंदे गोटात निघून गेले होते, तरी राज्यसभेचे खासदार अद्यापि उद्धव यांच्याशी एकनिष्ठ होते.

प्रतोदाची भेट घेतल्यानंतर बंडखोर खासदारांनी दिल्लीत एक पत्रकार परिषद घेतली, ज्यात राहुल शेवाळे यांनी घोषणा केली की ते एनडीएसोबत आहेत. ही महत्त्वाची घोषणा होती; कारण वर्ष २०१९मध्ये महाराष्ट्राच्या मुख्यमंत्री पदासंदर्भात वाद निर्माण झाल्यानंतर शिवसेना भाजपपासून वेगळी झाली आणि तेव्हाच ती एनडीएपासूनसुद्धा वेगळी झाली होती. मोदी मंत्रिमंडळात शिवसेनेचे एकमेव मंत्री होते अरविंद सावंत. उद्धव यांनी आदेश देताच त्यांनी आपल्या पदाचा राजीनामा दिला. आपण आता एनडीएसोबत आहोत, अशी घोषणा राहुल शेवाळे यांनी करताच 'मोदी मंत्रिमंडळाचा विस्तार होणार का, त्यात शिंदेंच्या गोटातल्या कुणा खासदाराला मंत्री केलं जाणार का' अशी चर्चा सुरू झाली.

या पत्रकार परिषदेत राहुल शेवाळे यांनी एक महत्त्वाचा खुलासा केला. शेवाळे यांनी सांगितल्याप्रमाणे उद्धव ठाकरे यांनी त्यांच्या घरी खासदारांशी झालेल्या एका बैठकीत सांगितलं होतं की, जून २०२१मध्ये नरेंद्र मोदी आणि त्यांच्यात पुन्हा एकत्र येण्यासंदर्भात चर्चा झाली होती. महाराष्ट्रात पुन्हा एकदा शिवसेना-भाजप युतीचं सरकार स्थापन होऊ शकत होतं; परंतु पुढच्याच महिन्यात विधानसभेच्या सत्रात भाजपच्या १२ आमदारांना निलंबित करताच गोष्टी विकोपाला गेल्या. शेवाळे यांच्या मते उद्धव यांनी जेव्हा राष्ट्रपतीपदासाठी द्रौपदी मुर्मू यांना समर्थन देण्याची घोषणा केली, तेव्हा दोन्ही पक्ष पुन्हा परत येण्याची आशा जागृत झाली होती. मात्र, शिवसेनेने जेव्हा उपराष्ट्रपतीपदासाठी अपक्ष उमेदवाराला समर्थन द्यायचं ठरवलं तेव्हा त्यांनी आशेवर पाणी फिरवलं.

या पत्रकार परिषदेत राहुल शेवाळे यांनी एक महत्त्वाचा खुलासा केला. शेवाळे यांनी सांगितल्याप्रमाणे उद्धव ठाकरे यांनी त्यांच्या घरी खासदारांशी झालेल्या एका बैठकीत सांगितलं होतं की, जून २०२१मध्ये नरेंद्र मोदी आणि त्यांच्यात पुन्हा एकत्र येण्यासंदर्भात चर्चा झाली होती.

अशातच, शिंदे यांनी शिवसेनेची सद्यः राष्ट्रीय कार्यकारिणी विसर्जित केली

जात असल्याचं जाहीर करत आपल्या नव्या राष्ट्रीय कार्यकारिणीची घोषणा केली. राष्ट्रीय कार्यकारिणी ही पक्षात निर्णय घेणारी सर्वोच्च संस्था असते. नव्या कार्यकारिणीमध्ये एकनाथ शिंदे यांनी मुख्य नेत्याचं स्थान आपल्याकडेच ठेवून घेतलं. उद्धव यांच्या कंपूला सोडून येणाऱ्यांना नेता, उपनेता वगैरे पदं दिली. पक्षप्रमुखाचं पद रिकामं ठेवण्यात आलं होतं.

नवीन राष्ट्रीय कार्यकारिणी निर्माण केल्यानंतर खरी शिवसेना म्हणून आपल्याला मान्यता देण्यात यावी अशी मागणी शिंदे यांनी पत्राद्वारे निवडणूक आयोगाला केली. शिवसेनेचे अधिकतर खासदार आणि आमदार शिंदेंच्या कंपूत आल्याने निवडणूक आयोग त्यांनाच शिवसेना मानेल का असा प्रश्न आता निर्माण झाला. तसं झालं तर धनुष्य-बाणाचं निवडणूक चिन्ह उद्धव यांच्याकडून हिसकावून घेतलं जाईल का? वादाच्या मुद्द्याचा परामर्श घेतला जाईपर्यंत कोणत्याही पक्षाकडून निवडणूक चिन्ह वापरलं जाण्यावर बंदी आणण्याचा अधिकार निवडणूक आयोगाला आहे. असं झालं तर, शिंदे गोटाला आणि उद्धव गोटाला नव्या निवडणूक चिन्हांवर निवडणूक लढवावी लागेल. ठाकरे कंपूला अशी शंका होतीच. त्यामुळे त्यांनी १२ जुलैलाच आपल्याकडून निवडणूक आयोगाला पत्र लिहून कळवलं होतं की, जर शिवसेनेशी संबंधित कुठल्याही प्रकारचा अर्ज घेऊन कुणी पक्ष आलाच तर त्या संदर्भात उद्धव गोटाचं काय म्हणणं आहे, हे ऐकून घेतलं जावं.

शिंदे यांनी शिवसेनेची सद्यः राष्ट्रीय कार्यकारिणी विसर्जित केली जात असल्याचं जाहीर करत आपल्या नव्या राष्ट्रीय कार्यकारिणीची घोषणा केली. राष्ट्रीय कार्यकारिणी ही पक्षात निर्णय घेणारी सर्वोच्च संस्था असते. नव्या कार्यकारिणीमध्ये एकनाथ शिंदे यांनी मुख्य नेत्याचं स्थान आपल्याकडेच ठेवून घेतलं. उद्धव यांच्या कंपूला सोडून येणाऱ्यांना नेता, उपनेता वगैरे पदं दिली. पक्षप्रमुखाचं पद रिकामं ठेवण्यात आलं होतं.

ठाकरे सरकारचे निर्णय बदलले गेले

सत्ता हाती येताच, शिंदे आणि फडणवीस यांनी महत्त्वाचे मोठे

निर्णय घ्यायला सुरुवात केली. ठाकरे सरकारने घेतलेले निर्णय बदलणं हे त्यांच्या सुरुवातीच्या निर्णयात प्रामुख्याने दिसून आलं. पहिल्या कॅबिनेट बैठकीत नव्या सरकारने मुंबईच्या होऊ घातलेल्या मेट्रो लाइन-३ च्या कार शेडची जागा पुन्हा आरे कॉलनीत हलवण्याचा निर्णय घेतला. या निर्णयावरून वर्ष २०१९मध्ये प्रचंड गदारोळ माजला होता. सिप्झ उपनगरापासून दक्षिण मुंबईच्या कफ परेड भागापर्यंत धावणाऱ्या भूमिगत मेट्रो लाइन-३साठी तत्कालीन फडणवीस सरकारने आरे कॉलनीतल्या जंगलात कार शेडसाठी जागा दिली होती. शेड बांधण्यासाठ अतिशय मोठ्या प्रमाणात वृक्षतोड करावी लागणार असल्याने समस्त पर्यावरणवादी संघटना एक होऊन त्या गोष्टीला विरोध करत होत्या. या विरोधात उद्धव ठाकरेंचे पुत्र आदित्यदेखील सहभागी झाले होते. आरे कार शेडसाठी जागा देण्याविरुद्ध झालेल्या आंदोलनाकडे आदित्य यांचा राजकारणप्रवेश म्हणून पाहिलं जातं. त्याच वर्षी जेव्हा फडणवीस सरकारच्या जागी ठाकरे सरकार आलं तेव्हा आरे कॉलनीतून हलवून कार शेडला कांजूरमार्ग इथे जागा देण्यात आली. सत्तेत परतताच फडणवीस यांनी पुन्हा एकवार कार शेड आधीच्याच जागी हलवण्याचा आदेश काढला.

सत्ता हाती येताच, शिंदे आणि फडणवीस यांनी महत्त्वाचे मोठे निर्णय घ्यायला सुरुवात केली. ठाकरे सरकारने घेतलेले निर्णय बदलणं हे त्यांच्या सुरुवातीच्या निर्णयात प्रामुख्याने दिसून आलं. पहिल्या कॅबिनेट बैठकीत नव्या सरकारने मुंबईच्या होऊ घातलेल्या मेट्रो लाइन-३ च्या कार शेडची जागा पुन्हा आरे कॉलनीत हलवण्याचा निर्णय घेतला. या निर्णयावरून वर्ष २०१९मध्ये प्रचंड गदारोळ माजला होता.

बुलेट ट्रेन प्रकल्पाच्या सर्व रखडलेल्या मान्यता देणं हा दुसरा मोठा निर्णय होता. भारतातली पहिली बुलेट ट्रेन मुंबई आणि अहमदाबाद दरम्यान धावावी हे पंतप्रधान मोदींचं स्वप्न होतं. या प्रकल्पाला जपान सरकारने आर्थिक साहाय्य केलं होतं. ट्रेनचा मार्ग महाराष्ट्र, दादरा-नगर हवेली, तसंच गुजरातमधून जाणार होता. उर्वरित सर्व ठिकाणी भूसंपादन आणि इतर सर्व सरकारी मंजुरीचं काम जवळपास झालंच होतं; परंतु महाराष्ट्रात २०१९मध्ये सत्तापालट झाल्यावर प्रकल्प अडकला होता.

सुरुवातीपासूनच शिवसेनेचा या प्रकल्पाला विरोध होता. मुंबई-अहमदाबाद ऐवजी महाराष्ट्राच्याच कुठल्या दोन शहरांदरम्यान बुलेट ट्रेन धावावी अशी त्यांची इच्छा होती. भूमी संपादनाचं काम अतिशय संथ झालं होतं. वनविभागाकडून आवश्यक मान्यता मिळालेल्या नव्हत्या. खुर्चीवर बसताच एकनाथ शिंदे यांनी सर्व मान्यता दिल्या. मोदींच्या बुलेट ट्रेनला महाराष्ट्रातून हिरवा झेंडा दाखवला गेला.

राजीनामा देण्यापूर्वी, आपल्या शेवटच्या कॅबिनेट बैठकीत उद्धव ठाकरे यांनी औरंगाबाद शहराचं नामांतर संभाजीनगर, उस्मानाबाद शहराचं नामांतर धाराशिव आणि नवी मुंबई इथे आकाराला येणाऱ्या विमानतळाचं नाव डी.बी. पाटील असं निश्चित केलं होतं. शिंदे-फडणवीस सरकारने सत्तेत येताच तिन्ही नावं रद्द करून पुन्हा कॅबिनेट मीटिंग घेत ती दोन्ही शहरं आणि विमानतळाला उद्धव ठाकरे यांनी दिलेलीच नावं परत दिली. नव्या सरकारने 'संभाजीनगर' या नावाला 'छत्रपती' या शब्दाची जोड दिली. पूर्वीच्या सरकारने घेतलेला निर्णय रद्द करून तोच निर्णय पुन्हा घेण्यामागचा कार्यकारणभाव काय, असं जेव्हा शिंदे यांना विचारण्यात आलं तेव्हा ते म्हणाले की, पूर्वीच्या सरकारकडे बहुमत उरलेलं नव्हतं. राज्यपालांनी उद्धव ठाकरे यांना बहुमत सिद्ध करण्याचा आदेश दिला होता. बहुमत नसताना अशा प्रकारे निर्णय घेण्याचा अधिकार त्यांनी गमावला होता. भाजपकडून असाही युक्तिवाद करण्यात आला की, ज्या काँग्रेसचे मंत्री कॅबिनेटमध्ये सहभागी होते त्या काँग्रेसकडून नामांतराच्या निर्णयाला विरोध केला गेला. म्हणजेच, संपूर्ण कॅबिनेटच्या सहमतीने हा निर्णय घेण्यात आला नव्हता. नामांतराचं श्रेय उपटण्याची ही एक युक्ती असल्याचं राजकीय वर्तुळात समजलं जातं. शेवटच्या कॅबिनेटमध्ये उद्धव यांच्याकडून नामांतराचा निर्णय घेणं हे कायदेशीररीत्या

राजीनामा देण्यापूर्वी, आपल्या शेवटच्या कॅबिनेट बैठकीत उद्धव ठाकरे यांनी औरंगाबाद शहराचं नामांतर संभाजीनगर, उस्मानाबाद शहराचं नामांतर धाराशिव आणि नवी मुंबई इथे आकाराला येणाऱ्या विमानतळाचं नाव डी.बी. पाटील असं निश्चित केलं होतं. शिंदे-फडणवीस सरकारने सत्तेत येताच तिन्ही नावं रद्द करून पुन्हा कॅबिनेट मीटिंग घेत ती दोन्ही शहरं आणि विमानतळाला उद्धव ठाकरे यांनी दिलेलीच नावं परत दिली.

चुकीचं होतं की नैतिकदृष्ट्या हाही चर्चेचा मुद्दा ठरला आहे.

राज ठाकरे आणि देवेंद्र फडणवीस यांच्यातली वाढती जवळीक

महाराष्ट्राच्या राजकारणात अशा घटना घडत असतानाच उपमुख्यमंत्री देवेंद्र फडणवीस यांनी मनसेप्रमुख यांची भेट घेतल्याने खळबळ माजली. राजना भेटायला त्यांच्या शिवाजी पार्कवरच्या 'शिवतीर्थ' या निवासस्थानी फडणवीस १५ जुलैला सकाळी जाऊन पोहोचले. दोघांच्या या भेटीने राजकीय वर्तुळात तर्क-वितर्कांना उधाण आलं असलं, तरी सार्वजनिक स्तरावर असं सांगितलं जातं की, फडणवीसांची ही भेट केवळ शिष्टाचाराचा भाग होती. काही दिवसांपूर्वीच राज यांच्यावर हिप रिप्लेसमेन्ट सर्जरी झाल्याने त्यांच्या प्रकृतीची विचारपूस करायला फडणवीस गेले होते.

राज ठाकरे आणि भाजप यांचे संबंध नरम-गरम राहिले आहेत. नरेंद्र मोदी गुजरातचे मुख्यमंत्री झाल्यावर त्यांचं कौतुक करत विकासाचं 'गुजरात मॉडेल' पाहायला राज गेले होते. त्यानंतर, २०१४च्या लोकसभा निवडणुकीच्या वेळेस भाजपच्या विरोधात आपला उमेदवार उभा न करता, भाजप-शिवसेनेच्या युतीमध्ये ज्या जागांवर शिवसेनेचे उमेदवार होते तिथेच केवळ राज यांनी आपले उमेदवार उभे केले होते. परंतु, २०१९च्या लोकसभा निवडणुकांपूर्वी राज आणि भाजपच्या नात्यात वितुष्ट आलं. महाराष्ट्राभर फिरून राज यांनी भाजपविरुद्ध प्रचार तर केलाच, शिवाय मोदींचं बोलणं आणि करणं यात ताळमेळ कसा नाही, हे दाखवून देण्यासाठी प्रत्येक सभेत मोदींचे जुने व्हिडिओसुध्दा दाखवले. 'लाव रे तो व्हिडिओ!' हा व्यासपीठावर व्हिडिओ सुरू करण्यासाठीचा त्यांचा आदेश अगदी प्रसिद्ध झाला होता.

राज ठाकरे आणि भाजप यांचे संबंध नरम-गरम राहिले आहेत. नरेंद्र मोदी गुजरातचे मुख्यमंत्री झाल्यावर त्यांचं कौतुक करत विकासाचं 'गुजरात मॉडेल' पाहायला राज गेले होते. त्यानंतर, २०१४च्या लोकसभा निवडणुकीच्या वेळेस भाजपच्या विरोधात आपला उमेदवार उभा न करता, भाजप-शिवसेनेच्या युतीमध्ये ज्या जागांवर शिवसेनेचे उमेदवार होते तिथेच केवळ राज यांनी आपले उमेदवार उभे केले होते.

राज यांच्या या मोहिमेचा लाभ काँग्रेस-राष्ट्रवादीला मिळत असल्याचं दिसून येत होतं. त्यापायी फडणवीस राज ठाकरेंवर नाराजही झाले होते. एका प्रचारसभेत राज यांना उद्देशून त्यांनी म्हटलंही होतं की, बारामतीचा पोपट शरद पवार यांनी लिहिलेली संहिता (स्क्रिप्ट) वाचतो आहे. वर्ष २०२०नंतर राज यांनी जेव्हा पक्षाची विचारधारा म्हणून हिंदुत्वाचा स्वीकार केला तेव्हा पुन्हा दोघांच्या नात्यात सुधारणा झाली. एप्रिल २०२२मध्ये राज यांनी जेव्हा मशिदींवर लावलेल्या लाउडस्पीकरविरुद्ध मोहीम उघडली तेव्हा फडणवीस यांनी त्याचं समर्थन केलं.

फडणवीस यांनी उपमुख्यमंत्रीपद स्वीकारताच त्यांचं कौतुक करत राज यांनी त्यांना अतिशय भावपूर्ण पत्र लिहिलं. उपमुख्यमंत्रीपद स्वीकारताना फडणवीस यांनी पक्षाचा आदेश सर्वश्रेष्ठ मानत त्यायोगे राज्यातल्या आणि देशातल्या यच्चयावत पक्षांसमोर एक उदाहरण ठेवल्याचंही त्यांनी त्यात म्हटलं. फडणवीस यांचं अभिनंदन करत त्यांनी लिहिलं, 'ही पदोन्नती आहे की अवनती यात मी पडत नाही; पण हे नक्कीच आहे की, बाण सोडायचा असेल तर धनुष्याची प्रत्यंचा (दोरी) मागे खेचणं गरजेचं असतं. आपणास प्रदीर्घ राजकीय वाटचाल करायची आहे.'

राज ठाकरे आणि देवेंद्र फडणवीस यांच्यातली वाढती घसट हा निश्चितच काही भविष्यकालीन राजकारणाचा संकेत आहे, हे अगदी स्पष्ट होतं. दोघांमध्ये नेमकं काय शिजलं याची अधिकृत माहिती कोणत्याही पक्षाने न दिल्याने आपापले तर्क लढवत राजकीय अभ्यासक वेगवेगळे होरे वर्तवू लागले. शिंदे मंत्रिमंडळात राज ठाकरेंच्या पक्षाला स्थान मिळू शकतं ही चर्चा सर्वाधिक रंगली. कल्याणमधून जिंकलेले पक्षाचे एकमात्र आमदार राजू पाटील यांना किंवा राज ठाकरेंचे सुपुत्र अमित ठाकरे यांना मंत्री केलं जाऊ शकतं. उद्धव ठाकरे यांनी राजीनामा दिल्याने विधानपरिषदेची जी जागा रिकामी

राज ठाकरे आणि देवेंद्र फडणवीस यांच्यातली वाढती घसट हा निश्चितच काही भविष्यकालीन राजकारणाचा संकेत आहे, हे अगदी स्पष्ट होतं. दोघांमध्ये नेमकं काय शिजलं याची अधिकृत माहिती कोणत्याही पक्षाने न दिल्याने आपापले तर्क लढवत राजकीय अभ्यासक वेगवेगळे होरे वर्तवू लागले.

झाली आहे तिथून अमित ठाकरे निवडणूक लढवू शकतात. विधानसभेत शिंदे-भाजप युतीचं बहुमत असल्याने अमित ठाकरे अगदी सहजच निवडून येऊ शकतात. ही चर्चा सुरू होताच मनसेने ही अफवा असल्याचं सांगत त्याचं खंडन केलं.

काही राजकीय विश्लेषकांनी कल्पनेच्या भराऱ्या घेत राज ठाकरे यांना शिवसेनेचे अध्यक्ष झालेलंदेखील पाहिलं. शिंदे गोटाला जर खरी शिवसेना म्हणून मान्यता मिळाली तर राज ठाकरे आपला पक्ष त्यात विलीन करतील, असा या विश्लेषकांचा तर्क आहे. नवी राष्ट्रीय कार्यकारिणी घोषित करताना पक्षप्रमुखाचं पद शिंदे यांनी मोकळं ठेवलं असल्याने ते स्वीकारण्याची विनंती राज यांना केली जाईल, असाही अंदाज आहे. गेल्या काही वर्षांत महाराष्ट्रात अशक्य घटना कशा शक्य होत आहेत हे पाहिलं, तर कुणाच्याही कल्पनेच्या भराऱ्या प्रत्यक्षात उतरल्या तर त्यात काही आश्चर्य वाटायला नको.

काही राजकीय विश्लेषकांनी कल्पनेच्या भराऱ्या घेत राज ठाकरे यांना शिवसेनेचे अध्यक्ष झालेलंदेखील पाहिलं. शिंदे गोटाला जर खरी शिवसेना म्हणून मान्यता मिळाली तर राज ठाकरे आपला पक्ष त्यात विलीन करतील, असा या विश्लेषकांचा तर्क आहे. नवी राष्ट्रीय कार्यकारिणी घोषित करताना पक्षप्रमुखाचं पद शिंदे यांनी मोकळं ठेवलं असल्याने ते स्वीकारण्याची विनंती राज यांना केली जाईल, असाही अंदाज आहे.

शरद पवारांची भविष्यवाणी

एकनाथ शिंदे मुख्यमंत्री होताच प्रश्न निर्माण होतो की, त्यांचं सरकार कितपत टिकणार आहे. उद्धव ठाकरे यांना सोडून शिंदे यांना सामील झालेली मंडळी परत गेली तर काय होईल? मंत्रिपद न मिळाल्याने काही बंडखोर आमदार नाराज झाले तर काय? महाराष्ट्राची पुढची विधानसभा निवडणूक २०२४मध्ये असल्याने मुख्यमंत्री म्हणून शिंदे यांना अडीच वर्षं मिळाली आहेत. शिंदे सरकार सहा महिन्यांत पडणार असून, निवडणुकीची तयारी सुरू करा, असं राष्ट्रवादीचे प्रमुख शरद पवार यांनी आपल्या पक्षनेत्यांशी आणि आमदारांशी झालेल्या एका बैठकीत सांगितलं आहे. पवारांना वाटलं होतं की, मंत्रिपदाच्या वाटपावरून शिंदे सरकारमध्ये अंतर्गत कलह माजेल,

सरकार कोसळेल आणि मध्यावधी निवडणुका होतील. मध्यावधी निवडणुकीची मागणी करत उद्धव ठाकरे यांनी बंडखोर आमदारांना आव्हान दिलं आहे की, त्यांनी जिंकून दाखवावंच. त्यावर उत्तर देताना शिंदे म्हणाले की, त्यांच्यासोबत आलेल्या ४० आमदारांपैकी एक जरी आमदार हरला तर ते राजकारणाचा त्याग करतील.

◆

संदर्भ ग्रंथ

1. 35 Days, Jitendra Dixit, HarperCollins India, 2019
2. Bal Thackeray & The Rise Of The Shiv Sena, Vaibhav Purandare, Roli Books, 2012
3. No Holds Barred, Narayan Rane, HarperCollins India, 2019
4. On My Terms, Sharad Pawar, Speaking Tiger, 2016
5. The Cousins Thackeray, Penguin Ebury Press, 2019
6. Maharashtra Maximus, Sujata Anandan, Rupa Publications, 2018